สติปัญญา

หนังสือเพื่อการปรับปรุงตัวเอง

โดย
ดร.แจร็อก ลี

URIM BOOKS

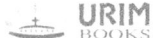

สติปัญญา โดย ดร. แจร็อก ลี
จัดพิมพ์โดย อุริมบุคส์ (ตัวแทน: คยุนแต โนห์)
73, เยียแดบัง-โร 22-กิล, ดองจัค-กุ, โซล เกาหลีใต้
www.urimbook.com

สงวนลิขสิทธิ์ ห้ามจัดพิมพ์หนังสือเล่มนี้หรือส่วนหนึ่งส่วนใดของหนังสือเล่มนี้ซ้ำ หรือเก็บไว้ในระบบเพื่อนำกลับมาใช้ใหม่ หรือถ่ายทอดด้วยรูปแบบอื่นใด หรือโดยเครื่องมืออิเล็กทรอนิกส์ เครื่องกล การถ่ายสำเนา การบันทึกหรือด้วยวิธีการหนึ่งใดเหล่านี้โดยมิได้รับอนุญาตจากผู้จัดพิมพ์อย่างเป็นลายลักษณ์อักษร

ข้ออ้างอิงพระคัมภีร์ที่ใช้ในหนังสือเล่มนี้นำมาจากพระคริสต์ธรรมคัมภีร์ไทยฉบับ 1971 และ
พระคัมภีร์ภาษาไทยฉบับ King James Version
จัดพิมพ์โดยสมาคมพระคริสตธรรมไทย
ใช้โดยได้รับอนุญาต

สงวนลิขสิทธิ์ © 2015 โดย ดร. แจร็อก ลี

ISBN: 979-11-263-1362-4 03230

ลิขสิทธิ์การแปล © 2013 โดยดร.เอสเธอร์เค. ชุง ใช้โดยได้รับอนุญาต
ได้รับอนุญาตให้แปลเป็นภาษาไทยโดยดร.ดานิเอล แสงวิชัย

จัดพิมพ์ครั้งแรกเมื่อเดือนเมษายน 2015

จัดพิมพ์ครั้งก่อนเป็นภาษาเกาหลีในปี 2011 โดยอุริมบุคส์ในกรุงโซล ประเทศเกาหลี

บทบรรณาธิการโดยดร.เจียมซุน วิน
ออกแบบโดยทีมงานออกแบบของอุริมบุคส์
จัดพิมพ์โดยพรีวันพรินติ้ง
ข้อมูลเพิ่ม โปรดติดต่อ:urimbook@hotmail.com

"แต่ปัญญาจากเบื้องบนนั้นบริสุทธิ์เป็นประการแรก
แล้วจึงเป็นความสงบสุข สุภาพและว่าง่าย
เปี่ยมด้วยความเมตตาและผลอันดี ไม่มีความลำเอียง ไม่หน้าซื่อใจคด
และผลแห่งความชอบธรรมก็หว่านลงในสันติสุข
ของคนเหล่านั้นที่ก่อให้เกิดสันติสุข"

(ยากอบ 3:17-18)

บทนำ

เราต้องการสติปัญญาในแต่ละวินาทีของชีวิตเรา ถ้าเรามีสติปัญญา เราจะสามารถหลีกเลี่ยงความยากลำบากหรือแม้เราจะพบกับความยากลำบาก แต่เราสามารถเอาชนะและสร้างผลลัพธ์ทีดี เพราะเหตุนี สุภาษิต 3:18 จึงกล่าวถึงสติปัญญาว่า “เธอเป็นต้นไม้แห่งชีวิตแก่ผู้ทียึดเธอไว้ บรรดาผู้ทียึดเธอไว้แน่นก็เป็นสุข”

ขงเบ้งเป็นคนทีชาญฉลาดมาก เขาเป็นนักวางแผนยุทธศาสตร์ในสมัยสามก๊กของจีน เขาสามารถล่วงรู้เหตุการณ์ในอนาคต เข้าใจสภาพดินฟ้าอากาศ และเปลียนได้แม้กระทั่งทิศทางลม เล่าปีเป็นคนมีคุณงามความดีและเป็นทีไว้วางใจของประชาชนทัวไป แต่เขาไม่อาจมีอำนาจได้มากพออยู่เป็นเวลานานเพราะเขาขาดสติปัญญาในการเสาะหานักวางแผนของเขาในทีสุดเล่าปีจึงได้ตัวขงเบ้งมาอยู่ด้วย จากการทำตามแผนยุทธศาสตร์ของขงเบ้ง เล่าปีจึงสามารถสร้างประเทศทีแข็งแกร่งขึนมาประเทศหนึงหลังจากได้รับชัยชนะในการทำสงครามหลายครังและบางครังในการสร้างสันติภาพกับศัตรู

ขงเบ้งมีสติปัญญาแบบนันได้อย่างไร? เขามีสติปัญญาแบบนีได้ก็เพราะขงเบ้งมีจิตใจดีงามทียอมรับถึงการดำรงอยู่ของพระเจ้าและเขาไม่ได้ทำเพือประโยชน์ของตนเอง ยิงกว่านัน เนืองจากเขาใช้สติปัญญาเพืออุดมการณ์ทีสูงส่ง เขาจึงสามารถมองเห็นหนทางแห่งความเข้

าใจ สังคมในปัจจุบันต้องการบุคคลทีชาญฉลาดเช่นนีมากขึนเนืองจากทุกสิงเปลียนแปลงไปอย่างรวดเร็วในทุกด้านของสังคมไม่ว่าจะเป็นการเมือง เศรษฐกิจ ชุมชน และวัฒนธรรมก็ตาม

โดยทัวไปสติปัญญาสามารถจำแนกได้เป็นสองประเภท ประเภทแรกคือสติปัญญาทั่วไปทีคนหนึงสามารถมีได้ผ่านประสบการณ์และการศึกษาในขณะทีสติปัญญาอีกประเภทหนึงเป็นสติปัญญาแห่งสวรรค์ทีพระเจ้าทรงประทานให้จากเบืองบน หนังสือเล่มนีอธิบายถึงสติปัญญาประเภททีสอง ไม่ว่าคนหนึงจะชาญฉลาดมากเพียงใดก็ตาม แต่สติปัญญาของมนุษย์ก็ไม่มีวันเอาชนะสติปัญญาทีพระเจ้าประทานให้ได้

เราสามารถเกิดผลอย่างบริบูรณ์ในหน้าทีความรับผิดชอบของเราและเป็นประโยชน์กับคนอืนอย่างมากมายถ้าเราได้รับสติปัญญาแห่งสวรรค์ ด้วยสติปัญญาประเภทนีผู้บริหารสูงสุดของบริษัทจะทำให้บริษัทเจริญเติบโตและนักการเมืองจะนำประเทศของตนด้วยความมันคงและประชาชนมังคัง ถ้ามีปัญหาเกิดขึนเขาจะมองเห็นหนทางแก้ปัญหาเหล่านันอย่างชัดเจน

ยากอบ 3:17-18 อธิบายถึงช่องทางทีจะได้รับสติปัญญาแห่งสวรรค์นีเอาไว้ หนังสือเล่มนีเป็นการรวบรวมคำเทศนาชุด

สติปัญญา

“สติปัญญาจากเบื้องบน” ซึ่งอธิบายถึงพระคัมภีร์ตอนนี้

หนังสือเล่มนี้มีอยู่แปดบทซึ่งบอกให้เราทราบว่าหนทางที่จะรับเอาสติปัญญาของพระเจ้านั้นคือการมีความบริสุทธิ์ สันติสุข ความเมตตาและผลที่ดีพร้อมกับจิตใจที่ไม่โอนเอียงและไม่มีความหน้าซื่อใจคด นอกจากนั้น จากตัวอย่างของบุคคลในพระคัมภีร์หลาย ๆ คน เช่น ซาโลมอน ดาวิด อับราฮัม นางรูธ โยเซฟ และดาเนียล หนังสือเล่มนี้จะให้ความรู้แก่เราเกี่ยวกับวิธีการที่จะครองใจของผู้คนและเปิดเผยให้ทราบถึงเคล็ดลับที่จะมีสุขภาพแข็งแรง ความมั่งคั่งร่ำรวย เคล็ดลับแห่งความสำเร็จ และแนวทางสำหรับการพัฒนาประเทศชาติด้วยเช่นกัน

ผมขอขอบคุณดร.เจียมซุน วิน ผู้อำนวยการแผนกการแปลและเจ้าหน้าที่ของท่านที่ทำงานร่วมกันอย่างหนักเพื่อจัดพิมพ์หนังสือเล่มนี้ ผมอธิษฐานในพระนามขององค์พระผู้เป็นเจ้าเพื่อผู้อ่านแต่ละคนจะได้รับสติปัญญาแห่งสวรรค์เพื่อจะมีสุขภาพแข็งแรง มั่งคั่งร่ำรวย และเป็นบุคคลสูงส่งซึ่งเป็นที่ยอมรับนับถือของผู้คนในทุกหนแห่ง

พฤษภาคม 2011

ดร.แจร็อก ลี

สารบัญ

บทนำ

บทที่ 1
สติปัญญาประเสริฐกว่าทองคำ · 1

บทที่ 2
สติปัญญาแห่งความบริสุทธิ์ · 13

บทที่ 3
สติปัญญาแห่งสันติสุข · 27

บทที่ 4
สติปัญญาแห่งความสุขภาพอ่อนน้อม · 43

บทที่ 5
สติปัญญาแห่งการใช้เหตุผล · 61

บทที่ 6
สติปัญญาที่อุดมไปด้วยความเมตตาและผลที่ดี · 83

บทที่ 7
สติปัญญาอันแน่วแน่ที่ปราศจากความหน้าซื่อใจคด · 101

บทที่ 8
ผลแห่งความชอบธรรมที่หว่านลงในสันติสุข · 115

บทที่ 1

สติปัญญาประเสริฐกว่าทองคำ

เหตุใดสติปัญญาจึงมีความจำเป็น?

สติปัญญามีคุณค่ายิ่งกว่าไข่มุก

ซาโลมอนได้รับพระพรผ่านทางสติปัญญาของพระเจ้า

นางอาบีกายิลสตรีผู้เฉลียวฉลาด

สติปัญญาประเสริฐกว่าทองคำ

"เพราะผลที่ได้จากปัญญาย่อมดีกว่าผลที่ได้จากเงินและกำไรนั้นดีกว่าทองคำเนื้อดี
เธอประเสริฐกว่าทับทิม และบรรดาสิ่งที่เจ้าปรารถนาจะเปรียบกับเธอไม่ได้"
(สุภาษิต 3:14-15)

ในโลกยุคใหม่หลายประเทศและหลายองค์กรกำลังต้องการบุคคลที่เฉลียวฉลาดและมีความรู้ซึ่งสามารถประเมินปัญหาต่าง ๆ และแก้ปัญหาเหล่านั้นอย่างทันท่วงที เราอ่านเกี่ยวกับโยเซฟซึ่งช่วยกู้อียิปต์ซึ่งอยู่ในสถานการณ์ที่ลำบากให้รอดด้วยสติปัญญาอันเฉียบแหลมของท่าน ท่านแก้ปัญหาที่น่าจะทำลายคนทั้งประเทศให้พินาศด้วยตัวเอง

ยาโคบ (บิดาของอิสราเอล) มีบุตรชายสิบสองคนและโยเซฟเป็นบุตรคนที่สิบเอ็ด ยาโคบรักบุตรคนนี้มากเพราะโยเซฟเกิดจากนางราเชลซึ่งเป็นภรรยาที่ท่านรักมาก เพราะเหตุนี้ พวกพี่ชายต่างมารดาของโยเซฟจึงอิจฉาท่าน ในที่สุดคนเหล่านั้นได้ขายท่านไปเป็นทาสในอียิปต์และท่านกลายเป็นทาสในเรือนของโปทิฟาร์ผู้บัญชาการทหารรักษาพระองค์ โยเซฟอยู่ในฐานะที่ต่ำต้อยที่สุดในสังคม

ท่านเป็นคนแปลกหน้าอย่างสิ้นเชิงในอียิปต์ แต่ด้วยการพึ่งพิงพระเจ้าและการทำงานอย่างสัตย์ซื่อท่านจึงได้รับความไว้วางใจจากนายของตนและได้รับมอบหมายให้ดูแลทุกสิ่งภายในบ้านของเจ้านาย ท่านมีความสามารถซึ่งจำเป็นต่อการบริหารจัดการทรัพย์สมบัติของเจ้านาย

แต่โยเซฟถูกกล่าวหาด้วยความเท็จจากภรรยาของเจ้านายของตนและท่านถูกจำคุก และถึงกระนั้นพระเจ้าก็ยังสถิตอยู่กับท่านและท่านเป็นที่ไว้วางใจจากผู้คุมเรือนจำ ท่านได้รับมอบหมายให้ดูแลนักโทษทุกคนและงานทุกอย่างในเรือนจำ ณ ที่นั่นท่านได้เรียนรู้เกี่ยวกับการเมืองและการบริหารประเทศผ่านนักโทษทางการเมืองของกษัตริย์ ในที่สุด ด้วยการแก้ฝันให้พนักงานน้ำองุ่นของฟาโรห์ท่านจึงมีโอกาสได้แก้ฝันให้กษัตริย์ฟาโรห์

ความฝันของฟาโรห์เป็นการพยากรณ์เกี่ยวกับช่วงเวลาเจ็ดปีแห่งความอุดมสมบูรณ์ที่จะมาถึงซึ่งหลังจากนั้นจะเกิดการกันดารอาหารอีกเจ็ดปีตามมา โยเซฟแก้ความฝันนี้ด้วยสติปัญญาของพระเจ้าซึ่งไม่

มีผู้ใดแก้ได้ ท่านได้ทูลฟาโรห์ถึงสิ่งที่ควรกระทำเกี่ยวกับเหตุการณ์ที่จะเกิดขึ้นด้วยเช่นกัน

โยเซฟให้คำตอบอย่างสมบูรณ์แบบกับฟาโรห์เพื่อให้แผ่นดินอียิปต์หนีพ้นจากปัญหาครั้งใหญ่ โดยการทำงานของท่านเป็นเหตุให้อียิปต์ช่วยกู้ประเทศอื่นอีกหลายประเทศในแถบตะวันออกใกล้ให้พ้นจากการกันดารอาหารและกลายเป็นประเทศที่แข็งแกร่ง เหมือนที่กล่าวไว้ใน 1 โครินธ์ 1:25 ว่า "เพราะความเขลาของพระเจ้ายังมีปัญญายิ่งกว่าปัญญาของมนุษย์ และความอ่อนแอของพระเจ้าก็ยังเข้มแข็งยิ่งกว่ากำลังของมนุษย์" เราสามารถเป็นคนที่ฉลาดกว่าคนชาวโลกถ้าเราได้รับสติปัญญาของพระเจ้า

เหตุใดสติปัญญาจึงมีความจำเป็น?

ในชีวิตของคุณ คุณเคยคิดไหมว่า "แหม ถ้าผมมีไหวพริบมากกว่านี้และถ้าผมเป็นคนฉลาดมากกว่านี้ละก้อ..." เราอาจมีคำถามหลายข้อ เช่น "ผมจะพัฒนาธุรกิจของผมให้ก้าวหน้าและมีเงินมากขึ้นได้อย่างไร? ทำอย่างไรผมจึงจะได้รับการเลื่อนขั้นอย่างรวดเร็ว? ผมจะได้รับความสนใจจากเจ้านายและการยอมรับจากเขาได้อย่างไร? ผมจะมีความสัมพันธ์ที่ดีกับคนอื่นได้อย่างไร?" ถ้าเรามีสติปัญญาคำถามเหล่านี้จะได้รับคำตอบอย่างง่ายดาย

เราต้องการสติปัญญาเมื่อเราทำงานของพระเจ้าด้วยเช่นกัน เราอาจคิดว่า "ผมจะได้รับพระพรและถวายสง่าราศีแด่พระเจ้ามากขึ้นได้อย่างไร? ผมจะประกาศกับครอบครัวของผมได้อย่างไร? อะไรคือวิธีการประกาศที่ได้ผลมากขึ้นสำหรับผม" เราสามารถให้คำตอบแก่คำถามเหล่านี้ได้ถ้าเรามีสติปัญญา

เพียงเพราะเราทำงานอย่างหนักไม่ได้หมายความว่าสิ่งต่างๆ จะออกมาดี เราควรมีความรู้เพื่อให้บรรลุถึงบางสิ่งบางอย่างและเราต้องใช้ความรู้นั้น เพียงแค่เราทำงานของเราจะไม่มีอะไรรับประกันว่า

สิ่งที่เราทำจะได้ผลดี เราควรสามารถคำนึงถึงสถานการณ์อย่างละเอียดถี่ถ้วนและคิดถึงคนอื่นด้วยเช่นกันเพื่องานโดยรวมจะประสบความสำเร็จเป็นอย่างดี

คนที่มีสติปัญญาจะรู้จักวิธีการเปลี่ยนจิตใจของผู้คนรอบข้างเขา เขาไม่กดดันคนอื่นด้วยการพูดว่า “สิ่งนี้ถูกต้องและเราต้องทำให้เสร็จด้วยวิธีนี้” เขาได้รับความร่วมมือที่เขาต้องการจากผู้คนและทำให้ทุกสิ่งดำเนินไปอย่างราบรื่นเหมือนน้ำไหล ดังนั้นเขาจึงสำเร็จผลเป็นอย่างดี แต่ผู้คนที่ไม่ฉลาดจะก่อให้เกิดการต่อต้านขึ้นแม้ในยามที่เขาทำสิ่งที่ดี เขาจะมีปัญหากับคนอื่นและเข้าไปอยู่ในสถานการณ์ที่ยุ่งยาก

คนที่ฉลาดจะได้รับความรักและพระพรด้วยคำพูดเพียงคำเดียวในขณะที่คนซึ่งขาดสติปัญญาจะเสียโอกาสที่เขามีและนำพาตนเองไปสู่ความลำบากด้วยถ้อยคำของเขา ถ้าเราขาดสติปัญญาเราจะได้รับผลเพียงเล็กน้อยเมื่อเทียบกับความพยายามและการทุ่มเทอุตสาหะของเรา

แน่นอน ถ้าเราหว่านเมล็ดลงไปด้วยความเชื่อและความรักก็จะมีผลเกิดขึ้นอย่างแน่นอน แต่ผู้คนที่ฉลาดจะเป็นที่พอพระทัยของพระเจ้าในหลากหลายแนวทางเพื่อเขาจะได้ผลลัพธ์ที่ดีกว่า เขาทำให้พระเจ้าพอพระทัยด้วยการอธิษฐานของเขาและเขาแทบจะไม่พลาดโอกาสที่จะได้รับพระคุณของพระเจ้าเลย นอกจากนี้เขายังสร้างโอกาสให้ตนเองเพื่อจะได้รับพระคุณของพระเจ้าด้วยซ้ำไป

ในอีกด้านหนึ่ง ผู้คนที่ไม่ฉลาดจะอธิษฐานด้วยการพร่ำบ่น เขาสร้างกำแพงบาปให้กับคำอธิษฐานของตน เขาวางกับดักบนเส้นทางของตนด้วยคำอธิษฐานของเขา นี่คือเหตุผลที่ว่าทำไมเขาจึงไม่ได้รับคำตอบต่อคำอธิษฐานของเขาแม้เขาจะอธิษฐานอย่างมากและพยายามอย่างหนักก็ตาม เราต้องการสติปัญญาเพื่อจะใช้ทางลัดไปสู่การได้รับคำตอบและพระพรด้วยเช่นกัน ถ้าเรามีสติปัญญาเราก็สามารถใช้ทางลัดในการได้รับคำตอบจากคำอธิษฐานของเรา ในการเกิดผล

และในการได้รับพระพร ในที่สุดเราจะเข้าไปสู่ที่อยู่อาศัยที่ดีกว่าในแผ่นดินสวรรค์

สติปัญญามีคุณค่ายิ่งกว่าไข่มุก

ผู้คนให้ความสำคัญกับสิ่งที่มีคุณค่าแตกต่างกันไป บางคนต้องการชื่อเสียงในขณะที่บางคนถือว่าอำนาจทางสังคมหรือความรู้เป็นสิ่งที่มีคุณค่า บางคนถือว่าทรัพย์สมบัติเป็นสิ่งสำคัญที่สุด แต่พระคัมภีร์กล่าวว่าอะไรคือสิ่งที่มีคุณค่ามากที่สุด?

"มนุษย์ผู้ประสบปัญญาและผู้ได้ความเข้าใจ เป็นสุขจริงหนอ เพราะผลที่ได้จากปัญญาย่อมดีกว่าผลที่ได้จากเงินและกำไรนั้นดีกว่าทองคำเนื้อดี เธอประเสริฐกว่าทับทิม และบรรดาสิ่งที่เจ้าปรารถนาจะเปรียบกับเธอไม่ได้ ชีวิตยืนยาวอยู่ที่มือขวาของเธอ และที่มือซ้ายของเธอมีความมั่งคั่งและเกียรติยศ ทางของเธอเป็นทางของความร่มรื่น และวิถีทั้งสิ้นของเธอคือสันติภาพ"

(สุภาษิต 3:13-17)

พระเจ้าทรงถือว่าสติปัญญามีคุณค่าและพระองค์ตรัสว่าปัญญาประเสริฐกว่าทองคำ แม้ทองคำก็ไม่สามารถนำชีวิตหรือสันติสุขที่แท้จริงมาให้เรา แต่ถ้าเรามีทองคำเราอาจรู้สึกกระสับกระส่ายมากขึ้น แต่ไม่มีใครสามารถแย่งชิงสติปัญญาไปจากเราได้ นอกจากนั้น คุณค่าของสติปัญญาจะเพิ่มพูนขึ้นจนมิอาจวัดได้โดยขึ้นอยู่กับวิธีการที่เราใช้สติปัญญานั้น

สุภาษิต 4:7 กล่าวว่า "ปัญญาเป็นสิ่งสำคัญที่สุด ฉะนั้นจงเอาปัญญา แม้เจ้าจะได้อะไรก็ตาม จงเอาความเข้าใจไว้" สุภาษิต 16:16 กล่าวว่า "ได้ปัญญาก็ดีกว่าได้ทองคำสักเท่าใด ที่จะได้ความเข้าใจก็ดีกว่าเลือกเอาเงิน" พระคัมภีร์กล่าวว่าคุณค่าของทองคำหรือของเงินเทียบกันไม่ได้เลยกับคุณค่าของสติปัญญาและความเข้าใจ

สติปัญญาคือการใช้ความรู้ที่ได้รับมาในขณะที่ความเข้าใจคือการมองเห็นแนวทางที่จะบรรลุถึงสิ่งต่างๆ แม้คุณจะมีความเข้าใจสถานการณ์และสามารถมองเห็นแนวทางที่จะบรรลุถึงบางสิ่งอย่างชัดเจน แต่ถ้าคุณขาดสติปัญญา ความเข้าใจที่มีอยู่ก็ไม่สามารถแสดงออกถึงคุณค่าอย่างครบถ้วนของตนได้อย่างแท้จริง เพราะเหตุนี้ สติปัญญาจึงมีค่ามากกว่าความเข้าใจ บุคคลสามารถรับเอาความเข้าใจผ่านขั้นตอนการเรียนรู้ แต่เขาจะรับเอาสติปัญญาได้ก็ต่อเมื่อเขาเตรียมภาชนะแห่งจิตใจไว้พร้อมที่จะรับเอาสติปัญญาแล้วเท่านั้น ดังนั้นสติปัญญาจึงสำคัญกว่าความเข้าใจ

ซาโลมอนได้รับพระพรผ่านทางสติปัญญาของพระเจ้า

เราไม่สามารถพูดถึงสติปัญญาโดยไม่กล่าวถึงซาโลมอน ท่านขึ้นครองราชย์ต่อจากดาวิดและท่านถวายเครื่องเผาบูชาหนึ่งพันตัวแด่พระเจ้าด้วยความพยายามที่เป็นเลิศทั้งสิ้นของท่าน เครื่องเผาบูชาคือการเผาเครื่องบูชาเพื่อถวายกลิ่นหอมที่โปรดปรานแด่พระเจ้า เครื่องเผาบูชาเป็นวิธีการถวายเครื่องบูชาซึ่งเป็นที่รู้จักกันดีมากที่สุดในพระคัมภีร์เดิมและในความหมายของปัจจุบัน การถวายเครื่องเผาบูชาคือการนมัสการวันอาทิตย์ทุกรูปแบบ ซึ่งรวมถึงการนมัสการตามเทศกาลต่างๆ เช่น วันอาทิตย์อีสเตอร์และวันอาทิตย์แห่งการขอบพระคุณเป็นต้น

ซาโลมอนถวายเครื่องบูชาด้วยสิ้นสุดใจของท่านจนทำให้พระเจ้าทรงปรากฏในความฝันของท่านและตรัสว่า "เจ้าอยากให้เราให้อะไรเจ้า ก็จงขอเถิด" (2 พงศาวดาร 1:7) ซาโลมอนไม่ได้ขอชื่อเสียงหรือชีวิตแห่งความหรูหราฟุ่มเฟือย แต่ท่านทูลขอสติปัญญาและความรู้ที่จะทำให้ท่านสามารถปกครองเหนือประชาชน พระเจ้าทรงพอพระทัยกับสิ่งที่ท่านทูลขอและทรงประทานเกียรติและพระพรทางด้านวัตถุที่ท่านไม่ได้แสวงหาให้ด้วย

“เพราะว่าสิ่งนี้อยู่ในจิตใจของเจ้า และเจ้ามิได้ขอทรัพย์สมบัติ ความมั่งคั่งและเกียรติ หรือชีวิตของศัตรูเจ้า และทั้งมิได้ขอชีวิตยืนยาว แต่ได้ขอสติปัญญาและความรู้เพื่อตัวเจ้าเอง เพื่อเจ้าจะวินิจฉัยประชาชนของเรา ผู้ซึ่งเราได้ตั้งเจ้าให้เป็นกษัตริย์เหนือเขานั้น เราประสาทสติปัญญาและความรู้ให้แก่เจ้า เราจะให้ทรัพย์สมบัติ ความมั่งคั่งและเกียรติแก่เจ้าด้วย อย่างที่ไม่มีกษัตริย์องค์ใดผู้อยู่ก่อนเจ้าได้มี และไม่มีผู้ใดภายหลังเจ้าจะมีเหมือน” (2 พงศาวดาร 1:11-12)

สติปัญญาที่ซาโลมอนได้รับจากพระเจ้ายิ่งใหญ่มากจนพระราชินีแห่งเชบาทรงได้ยินถึงกิตติศัพท์นี้และเสด็จมาฟังสติปัญญาพร้อมกับนำของขวัญมากมายมาถวายแก่ซาโลมอน พระราชินีตรัสว่า “พระสติปัญญาและความมั่งคั่งของพระองค์ก็มากยิ่งกว่าข่าวคราวที่หม่อมฉันได้ยิน” (2 พงศ์กษัตริย์ 10:7)

คำพิพากษาที่ชาญฉลาดของซาโมลมอนใน 1 พงศ์กษัตริย์บทที่ 3 เป็นที่รู้จักกันดีมาก วันหนึ่งมีผู้หญิงสองคนนำเด็กทารกคนหนึ่งมาเฝ้าซาโลมอน ทั้งสองคนโต้เถียงกันว่าเด็กทารกนั้นเป็นลูกของตน

ผู้หญิงสองคนคลอดบุตรในเวลาไล่เลี่ยกัน ผู้หญิงคนหนึ่งทำให้ทารกของตนเสียชีวิตโดยไม่ได้ตั้งใจในตอนกลางคืนและเธอนำเอาทารกที่ตายแล้วไปเปลี่ยนกับทารกของผู้หญิงอีกคนหนึ่ง ในตอนเช้าผู้หญิงอีกคนหนึ่งตื่นขึ้นมาพบว่าทารกที่อยู่กับเธอตายแล้ว ในที่สุดผู้หญิงสองคนได้มาเฝ้าซาโลมอนเพื่อหาข้อยุติให้กับคำกล่าวอ้างของตน

ซาโลมอนตรัสว่า “เอาดาบมาให้เราเล่มหนึ่ง” ดังนั้นเขาจึงนำดาบมาไว้ต่อพระพักตร์พระราชา กษัตริย์ตรัสว่า “จงแบ่งเด็กที่มีชีวิตนั้นออกเป็นสองท่อนและให้คนหนึ่งครึ่งหนึ่งและอีกคนหนึ่งครึ่งหนึ่ง” แล้วผู้หญิงคนที่เด็กของตนยังมีชีวิตอยู่นั้นทูลต่อพระราชาเพราะจิตใจของนางสงสารบุตรของตนโดยขอให้พระราชายกเด็กที่มีชีวิตนั้นให้กับผู้หญิงอีกคนหนึ่งไปเพื่อทารกนั้นจะมีชีวิตรอด แต่ผู้หญิงอีกคน

หนึ่งพอใจกับคำพิพากษาของกษัตริย์ที่ให้แบ่งเด็กออกเป็นสองท่อน ซาโลมอนตรัสว่าผู้หญิงที่ร้องขอชีวิตให้กับเด็กคือแม่ที่แท้จริงของเด็กและท่านมอบเด็กนั้นให้กับเธอ ท่านเข้าใจถึงความรักของแม่ที่รักลูกของเธอมากกว่าชีวิตของตน บุคคลสามารถปกป้องสิทธิของคนที่ไร้ความผิดด้วยสติปัญญา และคนอื่นจะเคารพการพิพากษาที่ชาญฉลาดของเขา

นางอาบีกายิลสตรีผู้เฉลียวฉลาด

นางอาบีกายิลเปลี่ยนสถานการณ์ที่เป็นอันตรายต่อชีวิตและได้รับพระพรมากมายด้วยสติปัญญาของเธอ เหตุการณ์นี้เกิดขึ้นเมื่อดาวิดกำลังหลบหนีจากการไล่ล่าของกษัตริย์ซาอูล คนของดาวิดขอความช่วยเหลือจากนาบาลซึ่งเป็นคนที่ร่ำรวยในบริเวณนั้น ในอดีตดาวิดเคยปกป้องสัตว์เลี้ยงของนาบาลเอาไว้ แต่นาบาลเห็นว่าดาวิดเป็นคนต่ำต้อยเมื่อดาวิดถ่อมตัวลงขอความช่วยเหลือจากนาบาล

ดาวิดโกรธแค้นมากและมุ่งหน้าไปยังเรือนของนาบาลพร้อมกับชายฉกรรจ์ของท่าน 400 คนเพื่อฆ่านาบาล ข่าวนี้ไปถึงหูของนางอาบีกายิลภรรยาของนาบาล เธอรีบจัดเตรียมขนมปังและน้ำองุ่นและอาหารอย่างอื่นพร้อมกับบรรทุกสิ่งเหล่านั้นใส่หลังลาและออกไปพบกับดาวิด จากที่นี่เราสามารถเรียนรู้ถึงสติปัญญาของนางอาบีกายิล สิ่งที่คนของดาวิดขอและต้องการมากที่สุดคืออาหารเพราะคนเหล่านั้นกำลังอยู่ในช่วงหลบหนี ดังนั้น เธอจึงเตรียมอาหารเอาไว้ในสถานการณ์ที่คับขันนั้น เมื่อพบกับดาวิดนางอาบีกายิลกราบลงที่เท้าของดาวิดและยกย่องดาวิดด้วยท่าทีที่ถ่อมใจ

“นางกราบลงที่เท้าของดาวิดกล่าวว่า ‘เจ้านายของดิฉันเจ้าข้า ความชั่วช้านั้นอยู่ที่ดิฉันแต่ผู้เดียว ขอให้หญิงผู้รับใช้ของท่านได้พูดให้ท่านฟัง ขอท่านได้โปรดฟังเสียงหญิงผู้รับใช้ของท่าน ขอเจ้านายของดิฉันอย่าได้เอาความกับคนของเบลีอัลคนนี้เลยคือนาบาล เพราะเขาเป็

นอย่างที่ชื่อของเขาบอก นาบาลเป็นชื่อของเขา และความโง่เขลาก็อยู่กับเขา แต่ดิฉันหญิงผู้รับใช้ของท่านหาได้เห็นพวกคนหนุ่มของเจ้านายซึ่งท่านได้ใช้ไปนั้นไม่'" (1 ซามูเอล 25:24-25)

แม้ว่านาบาลควรถูกฆ่าเนื่องจากสิ่งที่เขาได้ทำลงไป แต่นางอาบีกายิลวอนขอการยกโทษจากดาวิดให้กับสามีของนางอย่างจริงใจและจริงจัง จากนั้นเธอยกย่องจุดดีของดาวิดเพื่อทำให้จิตใจของท่านอ่อนลง ยิ่งกว่านั้น นางอาบีกายิลยังกล่าวถึงจุดที่จะทำให้พระเจ้าไม่สบายพระทัยอย่างระมัดระวังถ้าดาวิดฆ่าผู้คนที่อยู่ในเรือนของนาบาลและทำให้โลหิตตก ดาวิดกล่าวกับนางว่า "สาธุการแด่พระเยโฮวาห์พระเจ้าแห่งอิสราเอล ผู้ทรงใช้เจ้าให้มาพบเราในวันนี้ ขอให้ความสุขุมของเจ้ารับพระพร และขอให้ตัวเจ้าได้รับพระพร เพราะเจ้าได้ป้องกันเราในวันนี้ให้พ้นจากการทำให้โลหิตตก และจากการแก้แค้นด้วยมือของเราเอง" (1 ซามูเอล 25:32-33) ความโกรธแค้นของท่านหลอมละลายไป

เมื่อนางอาบีกายิลปลอบโยนจิตใจของดาวิดแล้วและกลับมาถึงบ้าน นาบาลกำลังมึนเมาในการเลี้ยงใหญ่เหมือนงานเลี้ยงของกษัตริย์ นางไม่ได้พูดสิ่งใดกับสามีจนกระทั่งเช้าวันต่อมา และนี่ก็คือสติปัญญาของนางเช่นกัน เธอไม่รู้ว่าคนเมาจะพูดอะไรออกไปถ้าเธอบอกถึงสิ่งที่เกิดขึ้นในวันนั้นกับเขา

บุคคลไม่สามารถควบคุมอารมณ์ความรู้สึกของตนเอาไว้ได้เมื่อเขาเมา ไม่ใช่เรื่องง่ายที่คนเมาจะคิดอย่างมีเหตุผลด้วยการพิจารณาความจริงรอบด้าน หลักการเดียวกันนี้ประยุกต์ใช้กับคนที่กำลังโกรธ คนที่โกรธจะพูดและทำอย่างขาดการไตร่ตรองโดยไม่สามารถคิดถึงสิ่งที่จะเป็นประโยชน์และเป็นโทษกับตนเอง เขาไม่สามารถคิดเผื่อล่วงหน้า ผู้คนที่ไม่สามารถควบคุมอารมณ์ความรู้สึกของตนมักทำให้บางสิ่งบางอย่างเกิดขึ้นซึ่งจะทำให้เขาเสียใจใน

ภายหลังเสมอ

เพราะมีสติปัญญาเช่นนี้ นางอาบีกายิลจึงเล่าเหตุการณ์ให้กับสามีของนางฟังในเช้าของวันต่อมาหลังจากที่เขาสร่างเมาแล้วเท่านั้น นาบาลหวาดกลัวมากโดยคิดว่าเขาอาจถูกฆ่าจนหัวใจของเขาล้มเหลวภายในและเขากลายเป็นเหมือนก้อนหิน เขาเสียชีวิตสิบวันต่อมา

นางอาบีกายิลหนีพ้นจากอันตรายของการถูกสังหารทั้งสำหรับตัวเธอเองและครอบครัวของเธอด้วยสติปัญญาของตน แต่คนโง่เขลาอย่างนาบาลกลับมุ่งหน้าไปสู่หนทางแห่งความตาย ในการนี้เรื่องใหญ่อาจกลายเป็นเรื่องเล็ก หรือเรื่องเล็กอาจพัฒนาเป็นปัญหาใหญ่ ทั้งนี้ขึ้นอยู่กับว่าเราฉลาดหรือไม่

ถ้าคุณต้องการสติปัญญาซึ่งมีค่ายิ่งกว่าทรัพย์สมบัติใดๆ ของโลก จงทูลขอจากพระเจ้า ยากอบ 1:5 กล่าวว่า "ถ้าผู้ใดในพวกท่านขาดสติปัญญา ก็ให้ผู้นั้นทูลขอจากพระเจ้า ผู้ทรงโปรดประทานให้แก่คนทั้งปวงอย่างเหลือล้นและมิได้ทรงตำหนิ และจะทรงประทานให้แก่ผู้นั้น" จงทูลขอจากพระเจ้าผู้ทรงเป็นแหล่งแห่งสติปัญญาเพื่อคุณจะสามารถชื่นชมกับความมั่งคั่งและพระพรอย่างบริบูรณ์ในชีวิตของคุณ

บทที่ 2

สติปัญญาแห่งความบริสุทธิ์

"สติปัญญาจากเบื้องบน" หมายถึงอะไร?

สติปัญญาแห่งความดีซึ่งมาจากจิตใจที่บริสุทธิ์

ความดีเมื่อมีการเข้าใจผิด

สติปัญญาที่ปราศจากความดีเป็นสิ่งที่ไร้ความหมาย

อับซาโลมไม่มีสติปัญญาแห่งความดี

จงทำดีในทุกสิ่ง

สติปัญญาแห่งความบริสุทธิ์

“แต่ปัญญาจากเบื้องบนนั้นบริสุทธิ์เป็นประการแรก...”

(ยากอบ 3:17)

บางคนถือว่าแผนการที่ชั่วร้ายและเจ้าเล่ห์คือสติปัญญา แต่พระเจ้าตรัสว่าปัญญาแบบนั้นเป็นความโง่เขลา (1 โครินธ์ 3:19) ผลที่คุณได้รับจากการใช้เล่ห์เหลี่ยมอันชั่วร้ายจะไม่ได้รับการปกป้องจากพระเจ้าและสิ่งนั้นอาจสูญหายไปในชั่วครู่ แน่นอน สิ่งนั้นอาจดูเหมือนว่าผู้คนที่ใช้ความฉลาดเจ้าเล่ห์กำลังมีชีวิตอยู่ในความสะดวกสบาย แม้เขาจะดูมั่งคั่งจากภายนอก แต่ภายในเขามีปัญหามากมาย

แม้เขาอาจดูประสบความสำเร็จในชั่วขณะหนึ่ง เขาอาจเจอวิกฤตอย่างกะทันหันที่ไม่สามารถแก้ไขได้ เขาอาจประสบอุบัติเหตุล้มละลาย หรือทุกข์ทรมานกับโรคที่รักษาไม่ได้ คนในครอบครัวอาจก่อปัญหาที่ทำให้เขาเจ็บปวดหัวใจ เขาอาจพยายามแก้ปัญหาด้วยสติปัญญาของตนเพียงอย่างเดียว แต่ในกรณีส่วนใหญ่เขาจะหมดหนทาง แต่สถานการณ์เหล่านี้จะแตกต่างอย่างสิ้นเชิงถ้าเพียงแต่เราได้รับสติปัญญาและความช่วยเหลือของพระเจ้า เราจะสามารถมั่งคั่งในทุกสิ่ง เราจะได้รับความรักจากพระเจ้าและไม่ว่าปัญหาจะอยู่ที่ไหนก็ตาม (ไม่ว่าในครอบครัว ในโรงเรียน หรือในที่ทำงาน) เราจะสามารถถวายสง่าราศีแด่พระเจ้าไม่ว่าเราจะอยู่ที่ใดก็ตาม

“สติปัญญาจากเบื้องบน” หมายถึงอะไร?

พจนานุกรมฉบับหนึ่งให้คำนิยามของสติปัญญาไว้ว่าเป็น “ความสามารถหรือผลของความสามารถที่จะคิดและทำด้วยการใช้ความรู้ประสบการณ์ ความเข้าใจ สามัญสำนึก และเชาว์ปัญญา” บางคนโต้แย้งว่าโรงเรียนบางแห่งเพียงแค่สอนนักเรียนให้รับเอาความรู้เข้าไปและไม่พัฒนาความสามารถของเขาในการคิดอย่างชาญฉลาด เมื่อพิจารณาถึงเรื่องนี้ อะไรคือความสัมพันธ์ระหว่างความรู้กับสติปัญญา?

ทารกแรกเกิดไม่มีความรู้อยู่ในเขา เขาเป็นเหมือนกระดาษเปล่า

แผ่นหนึ่ง เมื่อเขาเติบโตขึ้นเขาจะสะสมสิ่งที่เขาเห็น ได้ยิน และเรียนรู้ผ่านสัมผัสต่างๆ ของตนไว้ในหน่วยความจำของเขา เราเรียกหน่วยความจำนี้ว่า "ความรู้" "สติปัญญา" คือการนำเอาความรู้ประเภทต่างๆ ที่เขาได้รับมาไปใช้อย่างมีประสิทธิภาพ การที่คนหนึ่งจะฉลาดหรือไม่นั้นขึ้นอยู่กับว่าเขาใช้ความรู้ของตนได้ดีเพียงใด สติปัญญามีความจำเป็นต่อการมีชีวิตที่ประสบความสำเร็จ การช่วยดวงวิญญาณจำนวนมากให้รอด การทำให้แผ่นดินของพระเจ้าสำเร็จ และต่อชีวิตแทบทุกด้าน ที่นี่เราจะได้รับสติปัญญาได้อย่างไร?

"แต่ปัญญาจากเบื้องบนนั้นบริสุทธิ์เป็นประการแรก แล้วจึงเป็นความสงบสุข สุภาพและว่าง่าย เปี่ยมด้วยความเมตตาและผลอันดี ไม่มีความลำเอียง ไม่หน้าซื่อใจคด และผลแห่งความชอบธรรมก็หว่านลงในสันติสุขของคนเหล่านั้นที่ก่อให้เกิดสันติสุข" (ยากอบ 3:17-18)

"ปัญญาจากเบื้องบน" หมายถึงสติปัญญาของพระเจ้า สุภาษิต 9:10 กล่าวว่า "ความยำเกรงพระเยโฮวาห์เป็นที่เริ่มต้นของปัญญา และซึ่งรู้จักองค์บริสุทธิ์เป็นความเข้าใจ"

เมื่อพระองค์ทรงสั่งสอนประชาชนพระเยซูตรัสและทรงทำการด้วยสติปัญญาของพระเจ้า วันหนึ่ง นักกฎหมายคนหนึ่งทูลถามพระองค์ว่าเขาต้องทำประการใดเพื่อจะได้ชีวิตนิรันดร์เป็นมรดก (ลูกาบทที่ 10) พระเยซูทรงมองเห็นเจตนาของนักกฎหมายคนนี้และตรัสถามเขาว่า "ในพระราชบัญญัติมีคำเขียนว่าอย่างไร ท่านได้อ่านเข้าใจอย่างไร" (ข้อ 26)

เขาทูลตอบว่า "จงรักองค์พระผู้เป็นเจ้าผู้เป็นพระเจ้าของเจ้าด้วยสุดจิตสุดใจของเจ้า ด้วยสุดกำลังและสิ้นสุดความคิดของเจ้า และจงรักเพื่อนบ้านเหมือนรักตนเอง" (ข้อ 27) และพระเยซูตรัสกับเขาว่า "ท่านตอบถูกแล้ว จงกระทำอย่างนั้นแล้วท่านจะได้ชีวิต"

นักกฎหมายคนนั้นไม่สามารถจับผิดพระเยซูได้และทูลถามพระองค์อีกครั้งว่า "แล้วใครเป็นเพื่อนบ้านของข้าพเจ้า" (ข้อ 29) พระเยซูทรงทราบว่าเขาพูดว่าเขารักพระเจ้าแต่ในจิตใจของเขาไม่มีความรักอยู่เลย ดังนั้นเพื่อจะสอนบทเรียนเขาโดยไม่ทำร้ายความรู้สึกของเขา พระองค์จึงทรงเล่าเป็นคำอุปมา ชายคนหนึ่งถูกปล้นและถูกทุบตีเกือบตาย ปุโรหิตและคนเลวีเดินผ่านเขาไป แต่คนที่ช่วยเหลือชายคนนั้นกลับเป็นชาวสะมาเรีย ทีนี้ใครคือเพื่อนบ้านที่แท้จริงในเรื่องนี้?

ในเวลานั้นคนสะมาเรียเป็นกลุ่มคนที่มีเลือดผสมกับคนต่างชาติและเพราะเหตุนี้พวกเขาจึงเป็นที่รังเกียจของชาวยิว นักกฎหมายคนนั้นพูดไม่ออกนอกจากจะทูลตอบว่า "คือคนนั้นแหละที่ได้แสดงความเมตตาแก่เขา" (ข้อ 36) พระเยซูจึงตรัสกับเขาว่า "ท่านจงไปทำเหมือนอย่างนั้นเถิด" (ข้อ 37)

สติปัญญาแห่งความดีซึ่งมาจากจิตใจที่บริสุทธิ์

ถ้าเขาไปอยู่ในสถานการณ์คล้ายคลึงกับสถานการณ์ที่พระเยซูทรงอยู่ในตัวอย่างข้างบน ผู้คนที่ขาดความดีแห่งจิตใจอาจทำร้ายความรู้สึกของคนอื่น เขาอาจพูดว่า "คุณกำลังพยายามใช้เล่ห์เหลี่ยมกับผมใช่ไหม? คุณคิดว่าผมไม่รู้จักเจตนาของคุณอย่างนั้นหรือ?" แม้เขาไม่ได้ทำร้ายความรู้สึกของคนอื่นโดยตรง แต่เขาอาจตอบกลับไปด้วยคำพูดเหน็บแนมหลังจากที่รู้ถึงเจตนาอันชั่วร้ายของอีกฝ่ายหนึ่ง

แต่ผู้คนที่มีสติปัญญาแห่งความดีจะไม่ทำแบบนั้น เขาไม่ดูถูกหรือทำร้ายความรู้สึกของคนอื่น และกระนั้นเขาก็ช่วยให้คนอื่นเข้าใจถึงความผิดของตน นี่เป็นสติปัญญาของพระเจ้าซึ่งเป็นสติปัญญาแห่งความดี

พระเจ้าทรงเป็นความสว่างและความดี ยิ่งเรากำจัดความบาปและความชั่วทิ้งไปและเดินอยู่ในความสว่างมากขึ้นเท่าใด เราก็ยิ่งสามารถรับเอาการทรงนำและการกระตุ้นของพระวิญญาณบริสุทธิ์ได้มากขึ้

นเท่านั้น นี่คือการรับเอาสติปัญญาจากเบื้องบน การรับเอาสติปัญญาของพระเจ้าคล้ายคลึงกับการได้ยินพระสุรเสียงและได้รับการดลใจของพระวิญญาณบริสุทธิ์

การได้ยินพระสุรเสียงและการได้รับการดลใจของพระวิญญาณบริสุทธิ์คือการสื่อสารกับพระเจ้า และเพื่อจะสื่อสารกับพระเจ้า เงื่อนไขที่สำคัญที่สุดก็คือเราต้องไม่มีความชั่วอยู่ในจิตใจของเรา เพราะเหตุนี้ เมื่อเราได้รับสติปัญญาเราจึงสามารถรับเอาสติปัญญาที่ลึกซึ้งและซับซ้อนมากขึ้นตามขนาดของความดีแห่งจิตใจที่เรามีอยู่

นอกจากนั้น หนทางแห่งสติปัญญาทั้งสิ้นของพระเจ้าล้วนเป็นหนทางที่เป็นของความดี แม้เราจะได้รับสติปัญญาในความดี แต่เราก็ไม่สามารถใช้สติปัญญานั้นได้ง่ายๆ ถ้าเรามีความชั่วอยู่ในจิตใจของเรา ด้วยเหตุนี้ การกำจัดความชั่วทิ้งไปจากจิตใจของเราจึงเป็นหนทางที่จะได้รับสติปัญญาและเราสามารถรับเอาประโยชน์ผ่านทางสติปัญญานั้น

ถ้าเราฉลาดเราจะเข้าใจจุดนี้และจะอธิษฐานในแนวทางที่สามารถทำให้พระบิดาเปลี่ยนพระทัย ยกตัวอย่างสมมุติว่าคุณเป็นผู้นำกลุ่มเซลล์ แม้คุณจะพยายาม แต่การฟื้นฟูก็ล่าช้าและสมาชิกกลุ่มเซลล์บางคนบ่นเกี่ยวกับคุณ เมื่อคุณอธิษฐานเกี่ยวกับสถานการณ์นี้ คุณจะสามารถทำให้พระเจ้าพอพระทัยด้วยคำอธิษฐานของคุณก็ต่อเมื่อคุณไม่มีความชั่วอยู่ในจิตใจของตนเท่านั้น

"ข้าแต่พระเจ้าพระบิดา ข้าพระองค์ขอบพระคุณที่ข้าพระองค์ได้รับความรอดและยิ่งกว่านั้นที่พระองค์ทรงประทานหน้าที่ที่มีค่าของการเป็นผู้นำกลุ่มเซลล์นี้ให้แก่ข้าพระองค์ เพื่อตอบแทนพระคุณนี้ข้าพระองค์ต้องการที่จะเกิดผลมากขึ้นและข้าพระองค์ต้องการที่จะสามารถรับใช้สมาชิกกลุ่มเซลล์เหมือนรับใช้ร่างกายของข้าพระองค์เอง ข้าพระองค์สามารถทำสิ่งนี้ด้วยกำลังของพระองค์ ดังนั้น ขอโปรดประทานกำลังและฤทธิ์อำนาจของพระองค์แก่ข้าพระองค์ ข้าพระองค์ทั้งหล

ายมีความรักและน้ำตาขององค์พระผู้เป็นเจ้าและข้าพระองค์สามารถเกิดผลด้วยความรักของพระองค์ ขอทรงช่วยให้ข้าพระองค์ตระหนักถึงข้อบกพร่องของข้าพระองค์และเปลี่ยนแปลงอย่างรวดเร็ว ขอให้ข้าพระองค์ยอมรับคำแนะนำของสมาชิกกลุ่มเซลล์ของข้าพระองค์ซึ่งมอบแก่ข้าพระองค์ด้วยความรักที่เขามีต่อข้าพระองค์ด้วยใจขอบคุณ ขอให้ข้าพระองค์ทั้งหลายเป็นอันหนึ่งอันเดียวกันและเกิดผลมากขึ้น"

เมื่อสนทนากัน ผู้คนที่ไม่มีความชั่วอยู่เลยจะใช้คำพูดที่ดีและคิดถึงความรู้สึกของคนอื่น เขาจะใช้ถ้อยคำที่ดีและเป็นคุณกับทุกคน แม้ในยามที่เขาอธิษฐานเขาจะหลีกเลี่ยงการใช้ถ้อยคำที่อาจทำให้พระบิดาทุกข์พระทัย แต่คำพูดที่ดีหรือคำอธิษฐานที่ดีจะไม่ออกมาจากปากของเราเพียงเราพยายาม ถ้าเรามีความชั่วในจิตใจของเรา ความชั่วนั้นจะซ่อนอยู่ในคำพูดของเราโดยที่เราไม่รู้ตัว ในทางตรงกันข้าม ถ้าเรามีความดีแห่งจิตใจ เราก็จะพูดถ้อยคำที่ดีในการสนทนาและการอธิษฐานของเราโดยธรรมชาติ

ความดีเมื่อมีการเข้าใจผิด

บางครั้งคุณอาจพบกับความเข้าใจผิดของคนอื่น เขาพูดว่าคุณทำบางสิ่งที่คุณเองไม่เคยทำหรือพูดบางอย่างที่คุณเองไม่เคยพูด ในกรณีเช่นนี้ แทนที่จะพยายามสะสางว่าอะไรถูกและอะไรผิด คุณควรให้พระเจ้าเป็นผู้จัดการกับสถานการณ์ดีกว่า ยิ่งคุณหาข้อแก้ตัวให้กับตนเองมากเท่าใด ข่าวลือเกี่ยวกับคุณก็ยิ่งจะแพร่สะพัดออกไปมากขึ้นเท่านั้น แม้คุณจะสำแดงถึงความบริสุทธิ์ของคุณผ่านการโต้เถียง สิ่งนี้จะเปิดเผยถึงความผิดของคนอื่นและอาจสร้างความเสียหายให้กับความสัมพันธ์

หรือคุณอาจมีความคับข้องใจในขณะที่โต้เถียงกันและเริ่มส่งเสียงดังและคุณรู้สึกไม่สบายใจกับคนอื่น นอกจากนั้น ผู้คนที่เข้าใจผิดและพิพากษาคุณจะรู้สึกว่าเขาถูกทำลายศักดิ์ศรีเพราะความผิดของเขา

ถูกเปิดเผยและเขาจะมีความรู้สึกขุ่นเคืองใจกับคุณมากขึ้น 2 ทิโมธี 2:23 กล่าวว่า "จงหลีกเลี่ยงจากปัญหาอันโง่เขลาและไม่เป็นสาระ ด้วยรู้แล้วว่าปัญหาเหล่านั้นก่อให้เกิดการทะเลาะวิวาทกัน" ในสถานการณ์แบบนี้ ถ้าคุณเพียงแต่เงียบเอาไว้และยอมรับคนอื่น เมื่อเขาทราบถึงเรื่องนี้ จิตใจของเขาจะถูกหลอมละลายและเขาจะเกิดความไว้วางใจในตัวคุณมากขึ้น

ดังนั้น เมื่อความยากลำบากเกิดขึ้นกับคุณอย่างไม่คาดคิด อย่ารู้สึกว่าสิ่งนั้นเป็นความยุ่งยาก แต่จงคิดถึงสิ่งที่คุณจะเรียนรู้อันเป็นผลลัพธ์จากความยากลำบากนั้น และถ้าคุณอธิษฐานเกี่ยวกับเรื่องนี้ด้วยความช่วยเหลือของพระวิญญาณบริสุทธิ์ สิ่งนี้อาจเปลี่ยนเป็นโอกาสแห่งพระพร

สุภาษิต 3:6 กล่าวว่า "จงยอมรับรู้พระองค์ในทุกทางของเจ้า และพระองค์จะทรงกระทำให้วิถีของเจ้าราบรื่น" ถ้าคุณไม่พยายามที่จะพิสูจน์ความบริสุทธิ์ของตนหรือหาข้อแก้ตัวแต่พยายามอย่างเงียบๆ ที่จะเรียนรู้จักพระทัยของพระเจ้า จากนั้นคุณจะสามารถเรียนรู้สิ่งต่างๆ เกี่ยวกับตัวคุณเอง คุณจะรู้ถึงสิ่งที่คุณขาดแคลนซึ่งทำให้คุณไม่ได้รับการปกป้อง แม้คุณจะถูกกล่าวหาอย่างเป็นเท็จ สิ่งนั้นก็จะไม่สำคัญอะไร เพราะพระเจ้าทรงทอดพระเนตรดูคุณอยู่ พระองค์จะทรงตอบแทนให้กับความสูญเสียของคุณและสิ่งนี้จะกลายเป็นพระพรทางด้านวัตถุและด้านวิญญาณจิตเพียงอย่างเดียว นี่คือสติปัญญาแห่งความดี

แต่ไม่ว่าเราจะเรียนรู้ถึงสติปัญญาประเภทนี้มากเพียงใดก็ตาม เราก็ไม่สามารถทำให้สติปัญญานี้เป็นของเราได้ถ้าเรามีความชั่วอยู่ในจิตใจ ถ้าศักดิ์ศรีของเราถูกทำลายและเราโกรธเกี่ยวกับสิ่งนั้นพร้อมกับโอดครวญและบ่นเกี่ยวกับสิ่งที่เกิดขึ้น ถ้าเช่นนั้นเราก็สอบตก เราจะสามารถเกิดผลแห่งสติปัญญาได้ก็ต่อเมื่อเรากำจัดความชั่วประเภทนี้ทิ้งไปแล้วเท่านั้น

สติปัญญาที่ปราศจากความดีเป็นสิ่งที่ไร้ความหมาย

จะเกิดอะไรขึ้นถ้าเรามีความชั่วอยู่ในเรา? ผู้คนที่ไม่ให้เกียรติคนอื่นและผู้คนที่บ่นโดยคิดถึงเฉพาะมุมมอง สถานการณ์ และฐานะของตนเอง คนเหล่านี้จะประพฤติตนแบบเดียวกันต่อพระพักตร์พระเจ้า เขาอาจรู้ว่าเขาต้องถวายคำอธิษฐานที่ดีและงดงามต่อพระเจ้า แต่จิตใจที่ชั่วร้ายของเขาจะออกมาทางคำอธิษฐาน

เขาอาจอธิษฐานในลักษณะต่อไปนี้: "ข้าแต่พระเจ้าพระบิดา ข้าพระองค์ขอบพระคุณพระองค์ด้วยจิตใจแห่งการขอบพระคุณสำหรับหน้าที่ที่มีค่าซึ่งพระองค์ได้ทรงมอบแก่ข้าพระองค์ และข้าพระองค์ได้พยายามทำสิ่งเหล่านั้นมาถึงเวลานี้ด้วยการใช้เงินทองและเวลาของข้าพระองค์ แต่ก็ไม่มีการฟื้นฟูเกิดขึ้นเพราะไม่มีคำตอบจากพระองค์ ข้าพระองค์พยายามอย่างเต็มที่ แต่สมาชิกกลุ่มเซลล์ของข้าพระองค์กลับทำลายความสงบสุข เขาบ่นและเขาสร้างปัญหาให้กับข้าพระองค์ ข้าแต่พระเจ้า ขอโปรดเมตตาข้าพระองค์และประทานกำลังแก่ข้าพระองค์ ขอให้สมาชิกกลุ่มเซลล์เปลี่ยนแปลงด้วยเช่นกัน โปรดส่งคนใหม่ๆ มาให้ข้าพระองค์มากขึ้นเพื่อให้มีการฟื้นฟู ข้าพระองค์เชื่อว่าพระองค์จะตอบคำอธิษฐานของข้าพระองค์"

อาจดูเหมือนว่าเขากำลังขอบพระคุณสำหรับหน้าที่ แต่ถ้าดูเข้าไปในรายละเอียดของคำอธิษฐานคุณจะเห็นถึงการขาดความดีและความเชื่อจากการเลือกถ้อยคำในการอธิษฐาน เป็นการดีที่จะพูดว่า "ด้วยจิตใจแห่งการขอบพระคุณ" แต่คำพูดที่ตามมาส่อให้เห็นถึงปัญหามากมาย คำอธิษฐานระบุว่าไม่มีการฟื้นฟูเกิดขึ้นแม้เขาใช้เวลาและเงินทองอย่างมากเพราะพระเจ้าไม่ตอบคำอธิษฐานของเขา เขากำลังโยนความผิดให้พระเจ้า! เขาอธิษฐานขอให้สมาชิกกลุ่มเซลล์เปลี่ยนแปลงเช่นกันเพราะคนเหล่านั้นเป็นผู้ที่ทำลายความสงบสุข

เขารู้เกี่ยวกับสติปัญญาที่จะอธิษฐานในความดี แต่เขาไม่สามารถทำสิ่งนั้นเพราะเขามีความรู้สึกชั่วร้ายเหล่านี้อยู่ในจิตใจของตน แม้พ

ระคัมภีร์จะบอกให้เขาขอบพระคุณ แต่เขาก็ไม่สามารถขอบพระคุณเพราะจิตใจของเขาเต็มไปด้วยการบ่น

เขาไม่สามารถทำสิ่งใดได้นอกจากบ่นและโยนความผิดให้คนอื่น โปรดตรวจสอบคำอธิษฐานของคุณเช่นกันว่าคำอธิษฐานของคุณเป็นที่พอพระทัยในสายพระเนตรของพระเจ้าหรือไม่ เราควรมีการหยั่งรู้อย่างชัดเจนว่าเรากำลังทำให้พระเจ้าทรงผิดหวังกับคำอธิษฐานของเราหรือไม่

สมาชิกหญิงคนหนึ่งมีลูกชายซึ่งป่วยเป็นโรคผื่นภูมิแพ้ผิวหนังอย่างรุนแรงจนเขานอนไม่ได้ เมื่อลูกชายของเธอร้องไห้ทุกคืนเนื่องจากอาการคัน เธอทำทุกสิ่งอย่างเต็มที่เพื่อจะดูแลเขาโดยคิดถึงแนวทางที่จะช่วยให้อาการคันลดลงเพื่อไม่มีแผลจากการเกาเหลืออยู่ตามผิวหนังของเขา สุดท้ายเมื่อลูกนอนหลับอยู่ในอ้อมอกของเธอหลังจากที่ต่อสู้กับอาการคันมาตลอดทั้งคืน เธออธิษฐานด้วยคำอธิษฐานต่อไปนี้ในขณะที่มองดูดวงอาทิตย์ขึ้น

"ข้าแต่พระเจ้า ข้าพระองค์ได้ยินว่าปกติโรคภัยของลูกมีต้นเหตุมาจากพ่อแม่ ลูกของข้าพระองค์กำลังทนทุกข์เพราะความผิดของข้าพระองค์ ขอโปรดยกโทษให้ข้าพระองค์ เมื่อข้าพระองค์ทำผิดพระองค์คงพระทัยสลายมากทีเดียว! ขอบพระคุณที่พระองค์ทรงมอบความเข้าใจนี้แก่ข้าพระองค์ ขอโปรดช่วยข้าพระองค์ให้วิ่งมุ่งหน้าไปสู่แผ่นดินสวรรค์ด้วยความเชื่อและความหวังมากขึ้น"

เธอสัมผัสกับพระทัยของพระเจ้าผู้ทรงเฝ้าดูเธอด้วยจิตใจของพ่อแม่ นับจากเวลานั้นเป็นต้นมาเธอไม่ได้บ่นเกี่ยวกับโรคของลูกของเธอเลย เธอเพียงแต่กลับใจจากความผิดในชีวิตแห่งความเชื่อของเธอและขอบพระคุณในคำอธิษฐานของเธอ เมื่อเราถวายคำอธิษฐานแห่งความดี คำอธิษฐานนั้นจะทำให้พระเจ้าเปลี่ยนพระทัยและตอบเราอย่างรวดเร็ว

ในทางตรงกันข้าม ถ้าเราบ่นในคำอธิษฐานด้วยการพูดว่า "ทำไม

ลูกของข้าพระองค์จึงทนทุกข์แต่ผู้เดียวและสร้างปัญหาอย่างมากให้กับข้าพระองค์?" เราจะได้รับคำตอบจากพระเจ้าหรือไม่? ถ้าเรามีท่าทีเช่นนี้เมื่อเราอธิษฐานต่อพระเจ้า เราอาจได้รับคำตอบโดยเร็วหรือเราอาจไม่ได้รับคำตอบก็ได้ พระเจ้าทรงปลาบปลื้มยินดีกับคำอธิษฐานแห่งความดีและพระองค์ทรงตอบเราอย่างรวดเร็วด้วยคำอธิษฐานแบบนั้น (ยากอบ 5:16)

อับซาโลมไม่มีสติปัญญาแห่งความดี

ในพระคัมภีร์เราสามารถพบผู้คนบางคนที่มีเบื้องหลังและตะลันต์ความสามารถที่ดี แต่เขาดำเนินชีวิตอย่างดื้อรั้นหรือหลงผิด 2 ซามูเอล 14:25 กล่าวว่า "ในบรรดาอิสราเอลหามีผู้ใดรูปงามน่าชมอย่างอับซาโลมไม่ ในตัวท่านตั้งแต่ฝ่าเท้าจนถึงกระหม่อมไม่มีตำหนิเลย" อับซาโลมเป็นโอรสคนที่สามของดาวิด เขาเป็นคนที่รูปร่างหน้าตาดีและมีสติปัญญาเป็นเยียม แต่ปัญหาก็คือเขาใช้สติปัญญาของตนไปในทางที่ชั่วร้ายเพราะเขาเป็นคนชั่วร้าย

อับซาโลมโกรธแค้นอัมโนนพี่น้องต่างมารดาของเขาเพราะอัมโนนข่มขืนทามาร์น้องสาวของเขา อับซาโลมไม่พอใจกับความจริงที่ว่าดาวิดบิดาของเขาไม่ได้ลงโทษอัมโนนเพราะความผิดของเขา อย่างไรก็ตาม อับซาโลมไม่ได้แสดงความรู้สึกของตนออกมา แต่เขามองหาโอกาสที่จะแก้แค้นในเรื่องนี้อยู่เงียบๆ หลัง จากสองปีผ่านไป เขาเชิญอัมโนนมาร่วมในงานตัดขนแกะและสั่งให้คนของเขาฆ่าอัมโนน

หลังจากการแก้แค้นให้กับน้องสาวจบสิ้นลง อับซาโลมก็หลบหนีจากดาวิด นายพลโยอาบเข้าใจความโศกเศร้าของดาวิดเกี่ยวกับเรื่องนี้และหลังจากช่วงเวลาหนึ่งผ่านไปท่านได้นำตัวอับซาโลมกลับมายังกรุงเยรูซาเล็ม แต่ดาวิดไม่ยอมพบหน้าอับซาโลมอีกเป็นเวลาสองปีและอับซาโลมเริ่มวางแผนก่อกบฏ

เขาวางแผนที่ละเอียดมาก เขาฝึกทหารและองค์รักษ์ของตนพร้อมกับเตรียมกองทัพและรถรบเอาไว้ และเขาใช้เวลานานในการเอาชนะจิตใจของประชาชน

"เมื่อมีผู้ใดเข้ามาใกล้จะกราบถวายบังคมท่าน ท่านจะยื่นมือออกจับคนนั้นไว้และจุบเขา อับซาโลมกระทำอย่างนี้แก่บรรดาคนอิสราเอลผู้มาเฝ้ากษัตริย์เพื่อขอการพิพากษา อับซาโลมก็ลอบเอาใจคนอิสราเอลอย่างนี้" (2 ซามูเอล 15:5-6)

เขาทำให้ดูเหมือนว่าดาวิดไม่ได้รักประชาชนและเขาเอาใจประชาชนอย่างต่อเนื่อง เมื่อถึงเวลาที่เหมาะสมเขาก็ก่อกบฏต่อกษัตริย์ดาวิด ในที่สุดดาวิดต้องหนีเอาชีวิตอย่างรีบเร่ง

อับซาโลมได้ตัวอาหิโธเฟลที่ปรึกษาของดาวิดมาอยู่ข้างเขาด้วยเช่นกัน คำแนะนำของเขายอดเยี่ยมมากจนราวกับว่าเขาได้ทูลถามจากพระดำรัสของพระเจ้า (2 ซามูเอล 16:23)

ดูเหมือนว่าเป็นแผนการที่ดีเยี่ยมและทุกสิ่งก็ดำเนินไปอย่างราบรื่นตามแผนการที่วางไว้ แต่การกบฏของอับซาโลมจบลงด้วยความล้มเหลว เพราะอะไร? เพราะพระเจ้าทรงทำให้สติปัญญาของอับซาโลมล้มเหลว อาหิโธเฟลให้แนวทางของการได้รับชัยชนะอย่างแน่นอนกับอับซาโลม แต่อับซาโลไม่ทำตามแนวทางนั้น เขากลับฟังคำแนะนำของหุชัยที่ให้คำแนะนำซึ่งเป็นคุณกับดาวิด

อับซาโลมเป็นคนที่ฉลาดหลักแหลมมาก แต่เมื่อพระเจ้าทรงทำให้การวินิจฉัยของเขาอ่อนแอลง ในวินาทีนั้นเขาจึงเลือกหนทางแห่งความพินาศ จากเวลานั้นเป็นต้นมาบรรดาคนของดาวิดก็มีเวลาที่จะเตรียมตัวสำหรับการโต้กลับ แม้อับซาโลมจะเป็นคนที่ฉลาดมาก แต่ด้วยสติปัญญานั้นเขาได้ฆ่าน้องชายของตัวเองและพบกับความตายอย่างน่าเวทนาด้วยการพยายามโค่นบัลลังก์บิดาของตน นี่เป็นสติปัญญาที่สูญเปล่าและไร้ความหมายมากทีเดียว!

สติปัญญาที่ปราศจากความบริสุทธิ์เช่นนี้เป็นสิ่งที่ไร้ประโยชน์ ถ้า

เราไม่มีความดีเราก็ไม่สามารถเข้าใจแม้ในยามที่เราได้ยินคำพูดที่ฉลาด แต่ถ้าได้รับสติปัญญาแห่งความดีในจิตใจที่บริสุทธิ์ เราก็สามารถแยกแยะระหว่างสิ่งที่เราควรพูดและไม่ควรพูดและสิ่งที่เราควรทำและไม่ควรทำ จากนั้น คำพูดและการกระทำของเราก็จะได้รับการรับรองจากพระเจ้า และเราจะเกิดผลแห่งพระพรและคำตอบของพระเจ้าอย่างบริบูรณ์

จงทำดีในทุกสิ่ง

สมาชิกหญิงในคริสตจักรของเราคนหนึ่งเคยมีแผลขนาดใหญ่ในกระเพาะอาหารและเป็นโรคนอนไม่หลับและเธอมีน้ำหนักต่ำกว่าปกติ 18 กิโลกรัม แต่หลังจากพบกับพระเจ้าเธอกลายเป็นคนแข็งแรงและดำเนินชีวิตในความเชื่ออย่างขยันขันแข็ง แม้เธอจะยุ่งกับการบริหารภัตตาคาร แต่เธอก็ยังเข้าร่วมในการประชุมนมัสการทั้งหมด ไม่เคยหยุดอธิษฐาน และสัตย์ซื่อกับงานทุกอย่างที่เธอได้รับในคริสตจักร

แต่วันหนึ่งมีเรื่องแปลกประหลาดเกิดขึ้นเกี่ยวกับภัตตาคารของเธอ ลูกค้าประจำของเธอคนหนึ่งเปิดภัตตาคารแบบเดียวกันในพื้นที่เดียวกัน นอกจากนี้ อดีตลูกค้าประจำคนนั้นยังดึงเอาหัวหน้าคนครัวของเธอไปทำงานกับเขาในขณะที่เธอเดินทางไปทำธุรกิจในประเทศสหรัฐอเมริกา

ในสถานการณ์แบบนี้ คนหนึ่งอาจรีบไปยังภัตตาคารใหม่แห่งนั้นและโต้เถียงว่า "คุณทำแบบนี้ได้อย่างไง? คุณดึงเอาหัวหน้าคนครัวของฉันไปทำงานกับคุณในขณะที่ฉันไม่อยู่? และคุณมาเปิดภัตตาคารแบบเดียวกันติดกับภัตตาคารของฉันได้อย่างไร? ถ้าคุณมีจิตสำนึกอยู่บ้างคุณคงไม่ทำสิ่งเช่นนั้น!"

เธอคงรู้สึกถูกหักหลังและเธอน่าจะเก็บความเกลียดชังเอาไว้เช่นกัน แต่ผู้หญิงคนนั้นเพียงแต่อธิษฐานว่า "ข้าแต่พระเจ้า ขอให้ทั้งภัต

ตาคารของข้าพระองค์และภัตตาคารของเขาเจริญรุ่งเรืองในการทำธุรกิจ” นอกจากนัน เธอยังทักทายผู้ชายคนนันด้วยท่าทีทีถ่อมใจเมือใดก็ตามทีเธอพบกับเขาบนท้องถนน ผู้หญิงคนนีถ่อมใจมากจนทำให้ผู้ชายคนนันรู้สึกละอายใจมากและเขาจะหลบหน้าไปจากเธออย่างรวดเร็ว อะไรคือผลลัพธ์ของการประพฤติตนในความดีเช่นนัน? หลายเดือนต่อมาภัตตาคารใหม่แห่งนันปิดตัวลงและลูกค้าทังหมดได้กลับมายังภัตตาคารเธออีกครัง

ในทำนองเดียวกัน เมือคุณตกอยู่ในสถานการณ์ทีไม่เป็นธรรม ถ้าคุณไม่เก็บความรู้สึกขุ่นเคืองใจเอาไว้ แต่เลือกหนทางแห่งความดีแทน พระเจ้าจะทรงเปลียนสถานการณ์นันให้เป็นพระพรเมือพระองค์ทรงมองเห็นจิตใจภายในของคุณ

ถ้าเราเพาะบ่มจิตใจอันดีงามทีพระเจ้าทรงรับรองเช่นนีเอาไว้ และถ้าเราสามารถมอบความยินดีและความสุขให้แม้กระทังกับผู้คนทีก่อความเสียหายแก่เรา พระเจ้าจะทรงอวยพระพรเราไม่ว่าเราจะไปยังทีใดก็ตาม ด้วยเหตุนี ผมหวังว่าคุณจะเพาะจิตใจทีดีงามทีได้รับการรับรองจากพระเจ้าเอาไว้และหวังว่าคุณจะทำให้ครอบครัว ทีทำงาน และธุรกิจของคุณเป็นสถานทีซึงมีความสุขด้วยสติปัญญาทีเกิดมาจากจิตใจอันดีงามของคุณ

บทที่ 3

สติปัญญาแห่งสันติสุข

จิตใจเผื่อแผ่และกว้างขวางมากพอที่จะรักทุกคน

กุญแจสู่ความสำเร็จ: สันติสุข

มีความสามารถแต่ขาดสันติสุข

ปรภาศกับครอบครัวด้วยสติปัญญาแห่งสันติสุข

สร้างสันติด้วยการถ่อมตัวลง

เพื่อให้มีสันติสุข จงเห็นแก่ประโยชน์ของคนอื่น

สติปัญญาแห่งสันติสุข
"แต่ปัญญาจากเบื้องบนนั้นบริสุทธิ์เป็นประการแรก แล้วจึงเป็นความสงบสุข
สุภาพและว่าง่าย เปี่ยมด้วยความเมตตาและผลอันดี ไม่มีความลำเอียง
ไม่หน้าซื่อใจคด"
(ยากอบ 3:17)

อารมณ์ที่เราเก็บซ่อนไว้ในจิตใจของเราจะส่งผลกระทบต่อสุขภาพของเราอย่างมาก ความโกรธสร้างความเสียหายให้กับตับ และความวิตกและความกังวลส่งผลเสียต่อกระเพาะ ความกลัวจะก่อให้เกิดความเสื่อมถอยในการทำหน้าที่ของไต สุภาษิต 14:30 กล่าวว่า "ใจที่สงบให้ชีวิตแก่เนื้อหนัง แต่ความอิจฉาริษยากระทำให้กระดูกผุ" ความเกลียดชัง ความอิจฉา และความโกรธจะส่งผลกระทบในทางลบต่อร่างกายของเรา วันนี้คุณมีอารมณ์และความรู้สึกแบบไหน?

ผู้คนส่วนใหญ่อาศัยอยู่กับคนอื่น ลูกได้รับการปกป้องจากพ่อแม่ในช่วงวัยเด็กของเขา หลังจากเขาเติบโตขึ้นในระดับหนึ่งเขาจะใช้เวลาส่วนใหญ่อยู่กับเพื่อนที่โรงเรียนของเขา ในสังคมผู้คนพบปะกับคนอื่นที่เติบโตขึ้นในสภาพแวดล้อมที่ต่างกัน ดังนั้นเนื่องจากความแตกต่างของตัวบุคคล ถ้าคนหนึ่งยืนกรานว่าเขาถูก เป็นการยากที่งานจะสำเร็จลงได้ ในที่สุดความสงบก็จะถูกทำลายและบ่อยครั้งความรู้สึกของผู้คนจะบอบช้ำ

เพื่อให้เราสามารถทำงานของเราให้สำเร็จลุล่วงเป็นอย่างดีในทุกด้าน (ไม่ว่าจะเป็นด้านครอบครัว โรงเรียน สถานที่ทำงาน หรือธุรกิจของเราก็ตาม) เราต้องการสติปัญญาเพื่อจะมีสันติสุขกับทุกคน ถ้าเรามีสติปัญญาแบบนั้นเราก็สามารถส่งผลต่อคนอื่นและสร้างแรงบันดาลใจให้กับคนจำนวนมากพร้อมกับได้ใจของคนเหล่านั้น

จิตใจซึ่งเผื่อแผ่และกว้างขวางมากพอที่จะรักทุกคน

คุณมีความสุขและมีสันติสุขอยู่ตลอดเวลาหรือไม่? ทำไมคุณไม่ลองถามคำถามนี้กับตนเองดูล่ะ "ผมรักษาความสงบสุขกับทุกคนหรือไม่? คนอื่นให้เกียรติและรักผมมากแค่ไหน?"

พจนานุกรมฉบับหนึ่งให้คำนิยามของสันติสุขไว้ว่าเป็น "อิสระจากการทะเลาะวิวาทและการมีความเห็นไม่ลงรอยกัน เป็นความสัมพันธ์อย่างกลมกลืนกัน" แต่ความหมายฝ่ายวิญญาณของสันติสุขคือ

“การมีจิตใจเอื้อเฟื้อเผื่อแผ่และกว้างขวางจนสามารถรักทุกคน” พระเจ้าทรงต้องการให้บุตรของพระองค์มีสันติสุขอยู่ตลอดเวลา พระองค์ไม่ต้องการให้เขามีความขัดแย้ง การทะเลาะวิวาทหรือการโต้เถียงกัน

เป็นการง่ายสำหรับเราที่จะมีความสงบสุขกับผู้คนที่เราชอบ แต่สันติสุขที่พระเจ้าทรงต้องการให้เรามีคือการสามารถมีความสงบสุขกับทุกคน เราไม่ควรมีความสงบสุขอย่างลำเอียงเฉพาะกับบางกลุ่ม แต่เราต้องมีความสงบสุขกับทุกคนด้วยจิตใจกว้างขวาง แต่ตราบใดที่เราไม่มีความดีในจิตใจของเรา ก็เป็นการยากที่จะคงความสงบสุขเอาไว้ไม่ว่าเราจะพยายามมากเพียงใดก็ตาม สาเหตุเพราะว่าถ้าเราเผชิญกับสถานการณ์ที่เราไม่ชอบ แม้เราจะดูมีความสงบสุขภายนอก แต่จิตใจของเราจะกระสับกระส่าย

ด้วยเหตุนี้ เราต้องมีสันติสุขกับตนเองเพื่อเราจะมีสันติสุขกับคนอื่น เพื่อให้มีสันติสุขกับตนเองเราต้องรู้และกำจัดความชั่วทุกรูปแบบทิ้งไป เช่น ความเกลียดชัง การอิจฉา ความหยิ่งผยอง ทิฐิมานะ และความรู้สึกอึดอัดใจ เราจะสามารถมีสันติสุขกับคนอื่นได้หลังจากที่เราเสร็จสิ้นการต่อสู้กับความบาปและเพาะบ่มจิตใจที่บริสุทธิ์แล้วเท่านั้น บุคคลเช่นนี้เท่านั้นที่จะสามารถมีสันติสุขกับทุกคน ซึ่งหมายความว่าเราสามารถมีสันติสุขกับคู่สมรส ลูก เพื่อนฝูง เพื่อนร่วมงาน และเพื่อนบ้านของเรานั่นเอง จากนั้นเราก็สามารถมีสันติสุขกับพระเจ้าด้วยเช่นกัน

การมีสันติสุขกับพระเจ้าหมายถึงการไม่มีกำแพงบาปขวางกั้นระหว่างเรากับพระเจ้า ที่จริงสิ่งที่สำคัญที่สุดสำหรับการมุ่งหาสันติสุขคือการมีสันติสุขกับพระเจ้า และเพื่อให้มีสันติสุขกับพระเจ้า อันดับแรกเราต้องกำจัดความชั่วทุกรูปแบบทิ้งไปเพื่อเราจะสามารถมีสันติสุขกับตนเอง ผู้คนที่มีสันติสุขกับตน เองก็สามารถมีสันติสุขกับคนอื่นด้วยเช่นกัน

พระเยซูทรงรักษาความสงบสุขกับทุกคนเอาไว้ พระองค์ไม่เพียงแต่มีสันติสุขกับผู้คนที่ดี มีการศึกษา สุภาพอ่อนน้อม และเชื่อฟังเท่านั้น แต่พระองค์ทรงรับใช้และมีสันติสุขกับผู้คนที่ขาดความรู้และการศึกษาและพระองค์ทรงรับใช้และมีสันติสุขแม้กระทั่งกับคนบาปและคนเก็บภาษีด้วยเช่นกัน เพื่อสร้างสันติสุขระหว่างพระเจ้ากับมนุษย์ พระองค์ทรงสิ้นพระชนม์เพื่อมวลมนุษย์ที่กำลังอยู่ในความบาปและความชั่ว

นางรูธเป็นบุคคลในพระคัมภีร์คนหนึ่งที่มุ่งหาความสงบสุข นางเป็นคนต่างชาติที่อาศัยอยู่ในแผ่นดินโมอับในช่วงเวลาของผู้วินิจฉัย นางแต่งงานกับผู้ชายชาวอิสราเอลที่เดินทางไปอาศัยอยู่ในโมอับเนื่องจากการกันดารอาหารในอิสราเอล แต่สามีของนางเสียชีวิตเมื่ออายุยังน้อยโดยนางไม่มีลูกกับเขา สามีของน้องสะใภ้ของนางก็เสียชีวิตเช่นกันและนางจึงอยู่ในสถานการณ์เดียวกันกับนางรูธ ผู้ชายทุกคนในครอบครัวเสียชีวิตหมด ครอบครัวนี้เหลือเพียงนางนาโอมีแม่ของสามี นางโอรปาห์และนางรูธ ลูกสะใภ้สองคนเท่านั้น

ในสถานการณ์นี้ นางนาโอมีได้ยินว่าผู้คนในเบธเลเฮมบ้านเกิดของนางมีการเก็บเกี่ยวอย่างอุดมสมบูรณ์และตัดสินใจที่จะกลับไปยังบ้านเมืองของนาง นางนาโอมีรู้สึกเสียใจที่ลูกสะใภ้ของนางทั้งสองคนกลายเป็นหญิงม่ายและนางขอร้องให้ทั้งสองคนกลับไปหาครอบครัวของตน

นางรูธเชื่อในพระเจ้าและนางมีจิตใจที่ดีงามที่จะรักษาตำแหน่งและหน้าที่ของตนเอาไว้ นางบอกว่าจะไปอาศัยอยู่กับแม่สามีของตน (นางรูธ 1:16-17) นางมีครอบครัวและญาติพี่น้องในแผ่นดินโมอับ ดังนั้นนางสามารถมีชีวิตใหม่ที่นั่น แต่นางไม่เลือกที่จะอาศัยอยู่ที่นั่น นางเลือกที่จะติดตามและรับใช้แม่ของสามีที่แก่เฒ่า ซึ่งอาจเป็นการเลือกหนทางแห่งความทุกข์ให้กับตนเพียงอย่างเดียว

คุณคิดว่าคุณจะทำสิ่งใดถ้าคุณอยู่ในสถานการณ์เช่นนั้น?

พวกคุณส่วนใหญ่อาจโอดครวญว่า “ทำไมฉันถึงแต่งงานกับผู้ชายคนนี้นะ?” แม้คุณอาจเลือกที่จะปรนนิบัติแม่สามี แต่คุณอาจรู้สึกเป็นภาระและเป็นทุกข์ในจิตใจตัวเองต่อเรื่องนี้ ถ้าคุณไม่มีสันติสุขกับตนเองเหมือนที่กล่าวไว้ในตอนต้น คุณก็จะพบกับความยากลำบากและความทุกข์ในจิตใจของคุณ

แต่เพราะจิตใจของนางรูธดีงาม นางจึงทำหน้าที่ปรนนิบัติของตนด้วยความยินดี นางไม่ได้มีสันติสุขกับตนเองเท่านั้น แต่มีสันติสุขกับแม่สามีของนางด้วยเช่นกัน พระเจ้าทรงพอพระทัยนางรูธและทรงนำให้นางได้พบกับสามีที่ดีเยี่ยม โดยเฉพาะอย่างยิ่งด้วยความเป็นหญิงชาวต่างชาติ นางรูธได้รับพระพรของการได้อยู่ในลำดับพงศ์โดยตรงของพระเยซู ดาวิดกษัตริย์ของอิสราเอลเป็นเหลนของนางและพระเยซูทรงเป็นลูกหลานของดาวิด

กุญแจสู่ความสำเร็จ: สันติสุข

ที่นี้ ทำไมพระเจ้าจึงตรัสว่าการมีสันติสุขกับทุกคนจึงเป็นสติปัญญา? สันติสุขคือกุญแจที่จะทำให้ทุกอย่างในพระทัยของพระเจ้าลุล่วง สันติสุขคือแนวทางแห่งพระพรที่จะนำเอาฤทธิ์อำนาจและพระคุณของพระเจ้าลงมาด้วยเช่นกัน

เราพบกับผู้คนหลากหลายประเภทในชีวิตของเรา บางคนมีความรู้มากและมีฐานะทางสังคมสูงส่ง แต่กระนั้นคนเหล่านี้ก็ถ่อมตัวและเป็นมิตรกับผู้คนที่มีพื้นเพหลากหลาย คนที่มีฐานะคล้ายคลึงกับเขาบางคนกลับดูถูกคนอื่นจากความหยิ่งผยองของตน แม้เขาจะมีสติปัญญาและความสามารถเป็นเลิศ แต่เขาสามารถพบกับความอับโชคถ้าเขารังเกียจคนอื่นและทำลายความสงบสุขกับผู้คน

ยกตัวอย่าง มีชายคนหนึ่งชื่อโช กวาง โจในราชวงศ์โชซุน เขาต้องการทำให้เกิดการปฏิรูปครั้งใหญ่เพื่อกษัตริย์และประชาชน เขาต้องการกำจัดธรรมเนียมปฏิบัติที่ชั่วร้ายในวิถีการเมืองแบบเก่าและต้องก

ารทำให้ประเทศของเขามั่นคงและมั่งคั่ง เนื่องจากเขามีความตั้งใจดีและมีความกระตือรือร้น กษัตริย์จึงให้การสนับสนุนเขาเช่นกันในระยะแรก ประชาชนรักเขาด้วยเช่นกัน แต่เพราะเขาเป็นคนหัวก้าวหน้า สิ่งนี้จึงเป็นเหตุให้รัฐมนตรีคนอื่นต่อต้านและเกลียดชังเขา แม้จะมีการต่อต้านเกิดขึ้นแต่เขาก็ยังยืนกรานอยู่กับความเห็นของตน และสุดท้าย แม้แต่กษัตริย์ก็เพิกถอนการสนับสนุนไปจากเขา

ในที่สุดเขาก็ถูกกล่าวหาอย่างผิดๆ จากผู้คนที่ต่อต้านเขาและเขาถูกประหารชีวิตอันเป็นผลจากข้อกล่าวหาที่เป็นเท็จ ถ้าเขาเป็นคนนอบน้อมกว่านั้นบ้างเล็กน้อยในความเฉลียวฉลาดของเขา เขาอาจได้เห็นความฝันของเขากลายเป็นจริง แต่เขายืนกรานว่าตนเป็นฝ่ายถูกและทำลายสันติสุขกับคนอื่น นี่คือเหตุผลที่ทำให้เขาพบกับความตายอย่างน่าเศร้าในตอนท้าย เขามีเจตนาดี การศึกษาดี และมีกรรมวิธีที่ดีเช่นกัน แต่ทุกสิ่งเปล่าประโยชน์

แม้กระทั่งในปัจจุบัน สิ่งที่คล้ายคลึงกันก็เกิดขึ้นให้เห็นหลายครั้ง ยกตัวอย่าง คนหนึ่งอาจทำสิ่งที่ดีหลายอย่างในงานของตน แต่ในสายตาของคนอื่นเขามีชื่อเสียงไม่ดีนัก คนอื่นพูดว่าเขาเป็นคนที่ยืนกรานอยู่กับความสามารถและสติปัญญาของตนมากจนเป็นการทำร้ายความรู้สึกของคนอื่น

คนประเภทนี้จะเพิกเฉยต่อความเห็นและสถานการณ์ของคนอื่น และเขาทำสิ่งต่างๆ ในแนวทางของเขา เขาขัดแย้งกับผู้ใต้บังคับบัญชาของเขา กับผู้คนที่อยู่ในแผนกอื่น และแม้กระทั่งกับผู้บังคับบัญชาของเขา ถ้าทุกสิ่งดำเนินไปในลักษณะนี้ เขาจะถูกโดดเดี่ยว ดังนั้นแม้แต่ความสามารถอันมากหลายของเขาก็จะถูกมองข้าม เราอาจมีความสามารถและเกิดผลดีในงานของเรา แต่ถ้าผลที่ได้รับนั้นเกิดจากการทำลายความสงบสุข สุดท้ายสิ่งนั้นก็ไม่ได้เกิดจากสติปัญญา

มีความสามารถแต่ขาดสันติสุข

เหตุผลอีกข้อหนึ่งที่มีการพูดว่าทำไมสันติสุขจึงเป็นเรื่องของสติปัญญาก็เพราะว่าเมื่อสันติสุขถูกทำลาย เป็นการยากที่จะมีประสบการณ์กับการทำงานของพระเจ้า

สันติสุขมีความสำคัญต่อการทำให้งานของพระเจ้าสำเร็จลุล่วง คนหนึ่งอาจฉลาดและมีทักษะและความสามารถที่ดี แต่เป็นการยากที่พระเจ้าจะใช้เขาถ้าเขาทำลายสันติสุข

คนงานคือผู้วางแผนและออกแรงทำงาน แต่พระเจ้าคือผู้ที่ทำให้แรงงานของเขาเกิดผล ถ้าเราทำลายสันติสุขในขณะทำงาน นั่นหมายความว่าเรากำลังเปิดช่องให้ซาตานกล่าวโทษเรา จากนั้นพระเจ้าก็ไม่ทรงกระทำการอีกต่อไป ในสถานการณ์นี้ แม้มนุษย์จะทำงานหนักด้วยสติปัญญาที่เป็นเลิศของเขา แต่เขาก็ไม่สามารถเกิดผลฝ่ายวิญญาณที่ดี ดังนั้น บางครั้งผู้นำอาจมีความขัดแย้งในจิตใจของตนเนื่องจากสันติสุข

ยกตัวอย่าง สมมุติว่าคนหนึ่งมีตะลันต์และมีความร้อนรนเพื่อการงานของพระเจ้าเช่นกัน แต่เมื่อผู้นำมอบหมายงานให้คนนั้นทำ ดูเหมือนว่าจะมีปัญหาแบบเดียวกันเกิดขึ้นอยู่เสมอ เขายืนกรานอยู่กับความเห็นของตัวเองด้วยการพูดว่า "วิธีนี้ดีกว่า เราสามารถมีการฟื้นฟูด้วยวิธีนี้" เขาอาจก่อความยุ่งยากให้กับคนอื่นด้วยซ้ำไป

ถ้าสิ่งนี้เกิดขึ้นอย่างต่อเนื่อง ในที่สุดคนอื่นก็จะพูดว่ายากเกินไปที่จะทำงานกับคนนี้ แน่นอน บางครั้งคนอื่นอาจอดทนกับเขาด้วยความเห็นใจเขา คนอื่นต้องการให้เขารักษาหน้าที่นั้นเอาไว้เพื่อเขาจะสามารถดำเนินชีวิตในความเชื่อด้วยความกระตือรือร้น

ผู้คนรอบข้างเขาจะได้รับรางวัลจากการที่คนเหล่านั้นได้อดทนกับเขา แต่ตัวเขาจะไม่ได้รับรางวัลเพราะเขาก่อให้เกิดความขัดแย้งขึ้นในทุกเรื่อง ด้วยเหตุนี้ การรักษาความสงบสุขไว้ในขณะที่ทำงานของพระเจ้าให้สำเร็จจึงเป็นสติปัญญาอันยิ่งใหญ่

แม้เราอาจไม่มีความสามารถมากพอ แต่เมื่อเราเป็นอันหนึ่งอันเดียวกันในสันติสุข พระเจ้าจะประทานความสามารถมากขึ้นแก่เรา และพระองค์จะทรงรับรองให้เกิดผลลัพธ์ที่ดีทั้งสิ้น

ประกาศกับครอบครัวด้วยสติปัญญาแห่งสันติสุข

เมื่อเราพยายามดำเนินชีวิตที่มีใจศรัทธาในความเชื่อเราอาจพบกับการข่มเหง (2 ทิโมธี 3:12) ในสถานการณ์เช่นนั้น บางคนอาจทำให้การข่มเหงเกิดขึ้นกับตนเพราะเขาขาดสติปัญญา ยกตัวอย่าง ให้เราพิจารณากรณีของผู้หญิงที่เป็นผู้เชื่อกับสามีของเธอที่ไม่ใช่ผู้เชื่อ

วันหนึ่งภรรยาได้ยินพระกิตติคุณจากเพื่อนบ้านและเธอเริ่มไปโบสถ์ ตอนนี้เธอไม่พูดถึงสิ่งใดเลยนอกจากพูดเรื่องคริสตจักรทุกครั้งที่เธอมีโอกาส เธอพูดเรื่องพระเจ้าและพระเยซูอยู่เสมอและเรียกร้องให้สามีของตนเชื่อ ครั้งแรก สามีพยายามฟังเธอ เขารู้สึกหงุดหงิดใจกับท่าทีของเธอ เขาพูดว่า "เธอทิ้งฉันไว้ที่บ้านคนเดียวทุกวันอาทิตย์ ฉันยอมให้เธอไปทุกครั้ง แต่วันนี้ฉันจะไม่ให้เธอไปโบสถ์ ฉันให้เธออยู่บ้าน!"

ในสถานการณ์นี้ คุณจะทำอย่างไรถ้าคุณอยู่ในสถานะของภรรยา? ขอให้เราเปรียบภาพของความเป็นได้สองภาพเพื่อคุณจะสามารถสัมผัสได้ว่าแนวทางไหนฉลาดกว่ากัน

ภาพแรกภรรยาอาจถอนหายใจลึกๆ พร้อมกับคิดว่า "เขาทำตัวเหมือนเด็กอีกแล้ว" จากนั้นเธอจะพูดว่า "คุณรู้ดีว่าฉันต้องไปโบสถ์ในวันอาทิตย์ แล้วทำไมคุณจึงทำตัวแบบนี้? ถ้าคุณไม่อยากอยู่ที่นี่คนเดียวคุณก็มาโบสถ์กับฉันก็ได้นะ..." จากนั้นภรรยาอาจวางเฉยกับเขาและรีบเร่งออกจากบ้านเพราะกลัวว่าสามีอาจพยายามขัดขวางเธอไม่ให้ไปโบสถ์

นี่คือท่าทีส่วนตัวของเธอที่กำลังพูดว่า "แน่นอนอยู่แล้วว่าฉันต้องไปโบสถ์และนั่นเป็นสิ่งถูกต้องที่ฉันจะทำ ยังไงฉันก็ไม่ยอมรับการพ

รำบ่นของสามีอยู่แล้ว” เธอไม่เข้าใจจิตใจของสามีตัวเอง แต่เธอกลับทำร้ายความรู้สึกของเขา ดังนั้น จึงไม่ใช่เรื่องง่ายที่เธอจะทำให้สามีเป็นผู้เชื่อ แน่นอน เราต้องเข้าร่วมนมัสการในวันอาทิตย์โดยไม่มีการประนีประนอมเพราะพระเจ้าทรงสั่งให้เรารักษาวันสะบาโต (อพยพ 20:8)

แต่ถ้าภรรยามีสติปัญญา เธอควรคิดถึงวิธีการต่างๆ ที่จะเปลี่ยนใจของสามี นอกจากนั้น เธอสามารถรับเอาสติปัญญาอย่างยิ่งใหญ่มากขึ้นผ่านการอธิษฐานเพื่อให้รู้ว่าทำอย่างไรเธอจึงจะสามารถส่งผลกระทบแก่เขาให้ได้ผลมากยิ่งขึ้น ยกตัวอย่าง เธอทำอาหารที่เขาชอบ ทำความสะอาดและดูแลบ้านให้เป็นระเบียบเรียบร้อยพร้อมกับปฏิบัติกับเขาอย่างดีเพื่อทำให้เขามีความสุข ถ้าสามียังต้องการให้เธออยู่บ้านกับเขาในวันอาทิตย์ เธอก็ควรพูดกับเขาด้วยวิธีการที่สุภาพอ่อนน้อมและน่ารักที่สุดเท่าที่ทำได้เพื่อจะเปลี่ยนใจเขา

“ฉันซาบซึ้งใจมากที่คุณยอมให้ฉันไปโบสถ์ วันนี้ฉันก็ต้องการที่จะอยู่บ้านเหมือนที่คุณพูดเช่นกัน แต่ในวันอาทิตย์ฉันต้องเข้าร่วมนมัสการ เอาอย่างนี้ก็แล้วกัน ฉันรับรองว่าจะอยู่บ้านในวันเสาร์หน้าและในวันอื่นๆ ฉันขอโทษนะที่ต้องปล่อยให้เธออยู่บ้านคนเดียวชั่วครู่หนึ่ง แต่ไม่นานเดียวฉันจะกลับมา”

หลังจากการนมัสการเสร็จสิ้นลงเธอควรรีบกลับบ้านตามที่ได้สัญญาไว้และทำอาหารมื้อเย็นให้สามี นี่คือสิ่งที่ฉลาด ถ้าเธอเพิ่งจำได้ว่าสามีกำลังรออยู่ที่บ้านหลังจากที่เธอพูดคุยกับสมาชิกคนอื่นในคริสตจักรเสร็จแล้วเท่านั้น นี่ก็แสดงว่าเธอได้ทำลายความไว้ใจของเขาและสามีของเธอจะไม่ไว้วางใจในคำพูดของเธออีกต่อไป

แน่นอน ในแต่ละสถานการณ์ การตอบสนองของภรรยาควรแตกต่างกันออกไป ในบางกรณีภรรยาต้องรับใช้สามีของตนในสถานการณ์นั้นๆ แต่ในกรณีอื่น ภรรยาต้องนำสามีด้วยความแข็งแกร่งเพื่อใ

ห้จิตใจของเขาเปลียนแปลง ทุกสถานการณ์จะแตกต่างกัน ดังนั้นจึงเป็นสิงทีฉลาดทีสุดทีจะรับเอาการดลใจของพระวิญญาณบริสุทธิ!

ถ้าภรรยารักสามีของตนและต้องการมุ่งหาความสงบสุขอย่างแท้จริง พระวิญญาณบริสุทธิจะทรงสอนเขาในสิงทีเธอควรพูดในแต่ละช่วงเวลา เราสามารถประกาศกับทุกคนในครอบครัวของเราอย่างรวดเร็วเมือเราสร้างสันติด้วยการทำดีในการทำงานของพระวิญญาณบริสุทธิ หลักการเดียวกันนีสามารถประยุกต์ใช้กับบรรดาสามีซึงมีภรรยาทีไม่เชือ

สร้างสันติด้วยการถ่อมตัวลง

หลังจากโยชูวาเสียชีวิต อิสราเอลอยู่ภายใต้การปกครองของผู้วินิจฉัยเป็นเวลา 450 ปีจนกระทังเขามีกษัตริย์องค์แรก พระเจ้าทรงแต่งตังผู้วินิจฉัยให้ปกครองเหนือประชาชน ต่อไปนีเป็นเรืองราวทีเกิดขึนเมือกิเดโอนเป็นผู้วินิจฉัยของอิสราเอล หลังจากท่านกลับมาจากการทำสงครามกับคนมีเดียนพร้อมกับชัยชนะ ประชาชนจากเผ่าเอฟราอิมต่อว่าท่านอย่างรุนแรง (ผู้วินิจฉัย 8:1)

กิเดโอนเกณฑ์ทหารจากทัวอิสราเอลก่อนทีท่านไปทำสงคราม ลูกหลานของเผ่าเอฟราอิมไม่ได้อาสาตนเองไปเป็นทหารในเวลานันและเขาเข้าร่วมทำสงครามเฉพาะในช่วงตอนปลายของการสู้รบเท่านันและหลังจากสงครามเสร็จสินลงเขาโต้แย้งว่ากิเดโอนไม่ได้เรียกเขาในบรรดาคนสิบสองเผ่า คนเผ่าเอฟราอิมบ่นมากทีสุด

เมือมีการแบ่งแผ่นดินคานาอันให้เป็นมรดกของเขา คนเผ่านีบ่นกับโยชูวาว่าดินแดนทีเขาได้รับมีขนาดเล็กกว่าดินแดนทีมอบให้กับคนเผ่าอืน นอกจากนัน เมือเยฟธาห์ออกไปต่อสู้กับคนอัมโนน คนเผ่าเอฟราอิมข่มขู่จะเผาเรือนของเยฟธาห์ คนเหล่านีโต้แย้งว่าเขาไม่ได้เรียกเยฟธาห์ไปทำสงคราม

กิเดโอนไม่ได้โต้แย้งกับคนเผ่าเอฟราอิม ท่านเลือกทีจะอยู่อย่างส

งบสุขกับเขา จากความดีแห่งจิตใจของกิเดโอน ท่านจึงตอบเขาได้เป็นอย่างดีและคำตอบนั้นทำให้ความโกรธของคนเผ่าเอฟราอิมหลอมละลายไป ท่านกล่าวว่า

"'สิ่งที่เราทำมาแล้วจะเปรียบเทียบกับสิ่งที่ท่านทั้งหลายทำแล้วได้หรือ ผลองุ่นที่ชาวเอฟราอิมเก็บเล็มก็ยังดีกว่าผลองุ่นที่อาบีเยเซอร์เก็บเกี่ยวมิใช่หรือ พระเจ้าประทานโอเรบและเศเอบ เจ้านายมีเดียนไว้ในมือของท่าน ข้าพเจ้าสามารถกระทำอะไรที่จะเทียบกับท่านได้เล่า' เมื่อท่านพูดอย่างนี้ เขาทั้งหลายก็หายโกรธ" (ผู้วินิจฉัย 8:2-3)

ผลองุ่นที่ได้จากการเก็บเล็มมีคุณภาพต่ำกว่าผลองุ่นที่ได้จากการเก็บเกี่ยว ดังนั้นกิเดโอนหมายถึงอะไรเมื่อท่านพูดว่าผลองุ่นที่ชาวเอฟราอิมเก็บเล็มก็ดีกว่าผลองุ่นที่อาบีเยเซอร์เก็บเกี่ยว? สิ่งนี้หมายความว่าวีรกรรมของเอฟราอิมที่เข้าร่วมในสงครามในช่วงใกล้จะสิ้นสุดการสู้รบด้วยการฆ่าโอเรบและเศเอบผู้นำของคนมีเดียนและการปิดเส้นทางการล่าถอยของศัตรูนั้นเป็นวีรกรรมที่ยิ่งใหญ่กว่าสิ่งที่กิเดโอนได้กระทำเสียอีก

กิเดโอนถ่อมตัวท่านลงและยกชูวีรกรรมของคนเอฟราอิมขึ้นด้วยการมอบความดีความชอบที่ได้รับชัยชนะให้แก่เขา และคนเอฟราอิมไม่สามารถโกรธกิเดโอนได้อีกต่อไป จิตใจของคนเหล่านั้นสงบลงและสันติสุขก็บังเกิดขึ้น

เพื่อให้มีสันติสุข จงเห็นแก่ประโยชน์ของคนอื่น

เราควรสามารถอยู่อย่างสงบกับผู้คนรอบข้างเราเหมือนที่กิเดโอนทำด้วยเช่นกัน นอกจากนี้ เราต้องทำสิ่งใดเพื่อจะมีสันติสุขกับทุกคน?

ประการแรก เราต้องเพาะบ่มความดีไว้ในจิตใจของเรา ผู้คนที่ทำลายสันติสุขอาจไม่คิดว่าเขาเป็นคนชั่ว ถ้าดูจากภายนอก สันติสุขถูก

ทำลายลงเพราะเขาคิดว่าเขากำลังแสวงหาความดี แต่ที่จริงเขากำลังแสวงหาประโยชน์ส่วนตน แต่ผู้คนที่แสวงหาความดีอย่างแท้จริงจะไม่ทำลายสันติสุข

พระเจ้าทรงต้องการให้เราเห็นแก่ประโยชน์ของคนอื่นก่อนเป็นอันดับแรก สามีภรรยาที่แต่งงานกันมีปัญหาเช่นกันเพราะเขาเห็นแก่ประโยชน์ของตนเอง เขาต้องการให้คู่สมรสของเขาทำตามความต้องการของเขาและเขาต้องการได้รับบางสิ่งบางอย่างตอบแทนสำหรับสิ่งที่เขาอาจทำให้กับคนอื่น ถ้าเขาไม่ได้รับการตอบแทนในจำนวนที่เท่ากันกับที่เขาให้ไป เขาก็จะเริ่มบ่น ยิ่งสิ่งนี้เกิดขึ้นบ่อยมากขึ้นเท่าใดความรักของเขาก็จะยิ่งเยือกเย็นลงเร็วมากขึ้นเท่านั้น

ไม่ใช่เฉพาะสามีกับภรรยาเท่านั้น แต่ในหมู่เพื่อนฝูงเพื่อนร่วมงาน และเพื่อนบ้านก็เช่นเดียวกัน ถ้าเราไม่เห็นแก่ประโยชน์ของตนเอง แต่ถ่อมตัวลงและรับใช้ซึ่งกันและกัน สันติสุขก็จะไม่ถูกทำลาย

ในสถานการณ์ที่ทางเลือกสองอย่างล้วนเป็นที่ยอมรับในสายพระเนตรของพระเจ้า ถ้าคุณยืนกรานอยู่กับความเห็นและทางเลือกของตนเอง สันติสุขก็อาจถูกทำลายได้ คุณยืนกรานอยู่กับความเห็นของตนเพราะคุณโต้แย้งเพื่อสิ่งที่ดูเหมือนว่าถูกต้องในสายตาของคุณ สิ่งที่เป็นประโยชน์กับคุณ สิ่งที่สะดวกสบายกว่าสำหรับคุณ และสิ่งที่ทำให้คนอื่นมองเห็นคุณมากขึ้น แม้คุณได้เรียนรู้ถึงความจริง แต่คุณก็จะสำแดงคำพูดและการกระทำที่ไม่ดีตราบใดที่คุณไม่ได้เพาะบ่มความดีไว้ในจิตใจของคุณ ถ้าคุณยืนกรานเกับสิ่งที่เป็นประโยชน์กับคุณมากกว่า คุณอาจทำร้ายความรู้สึกของคนอื่นหรือกระทำสิ่งที่ไม่บังควรต่อเขา

ในทางตรงกันข้าม ผู้คนที่มีจิตใจดีงามจะทำให้จิตใจของคนอื่นสงบสุข เขาจะเห็นแก่สิ่งที่ดีกว่าสำหรับแผ่นดินของพระเจ้าและในเวลาเดียวกันเขาจะเห็นแก่สิ่งที่เป็นประโยชน์กว่าสำหรับคนอื่น เขาจะประ

นีประนอมกับความเห็นของคนอีนอย่างเต็มความสามารถของเขา เว้นแต่คนอื่นจะพยายามทำสิ่งที่อสัตย์อธรรม แม้ความเห็นของเขาจะถูกต้อง แต่เขาจะไม่ยืนกรานอยู่กับความเห็นของตนเมือคนอีนมีความเห็นทีแตกต่างออกไป

พระเจ้าทรงต้องการให้บุตรของพระองค์มีสันติสุขโดยไม่มีความรู้สึกอึดอัดใจต่อกันหรือทะเลาะเบาะแว้งกัน พระองค์ทรงต้องการให้เรารักคนทุกประเภทและมุ่งหาความสงบสุขด้วยการปลอบโยนและรับใช้ซึงกันและกันในทุกสถานการณ์

ผมขอเล่าเรืองราวของครอบครัวหนึงซึงสามีถูกโกงเงินไปในขณะที่กำลังพยายามจะขยายธุรกิจของตนมากเกินไป ก่อนหน้านีครอบครัวนีเคยร่ำรวย แต่เวลานีเขามีความลำบากด้านการเงิน เขาใช้ชีวิตอย่างยากลำบากเพราะเขาต้องจ่ายหนีคืนปีละหลายแสนดอลลาร์ และกระนั้น ทั้งสามีและภรรยาต่างก็พยายามทำหน้าทีทีเขาได้รับจากพระเจ้าในคริสตจักรอย่างเต็มที เมือเขากำลังเผชิญกับความยากลำบากแบบนีภรรยาเริมเข้าใจถึงจิตใจของผู้คนทีหาเช้ากินค่ำ

ในอดีตเธอเพียงแต่เอ่ยปากถามคนเหล่านั้นว่า “คุณกินข้าวเที่ยงแล้วยัง” แต่ตอนนี้เธอจะพูดว่า “ไปกินข้าวด้วยกันนะ ฉันจะเลี้ยงเอง” เธอจะให้ความสำคัญกับคนอืนก่อนโดยเริมต้นจากสิงเล็กน้อย แต่คืนหนึงสามีของเธอพูดว่า “เราสังไก่มากินกันดีกว่า” ภรรยาอดทนกับช่วงเวลาแห่งความลำบากทางการเงินมาชัวระยะหนึง แต่ในวินาทีนันเธอมีความรู้สึกอึดอัดใจและพูดด้วยน้ำเสียงห้วนๆ ว่า “คุณกำลังพูดอะไรอยู่? คุณรู้ไหมว่าพรุ่งนีเราต้องเอาเงินเข้าธนาคารมากแค่ไหน?”

แทนทีสามีจะรู้สึกว่าเสียศักดิ์ศรี เขากลับพูดอย่างถ่อมใจว่า “ผมขอโทษนะ มันเป็นความผิดของผมเองทีเราต้องอยู่ในสถานการณ์แบบนี้ ขอให้อดทนไปอีกสักระยะหนึ่ง

ธุรกิจกำลังจะดีขึ้นในไม่ช้า” ภรรยาเคยคิดว่าเธอไม่มีความรู้สึกอึดอัดใจเช่นนั้นอยู่ในจิตใจของเธอ ดังนั้น เหตุการณ์นี้จึงทำให้เธอรู้จักตนเองและอธิษฐานเพื่อจุดบกพร่องของเธอ เมื่อเขาพยายามเดินตามสันติสุข ลูกๆ ของเขาก็เป็นคนดีเช่นกันแม้ครอบครัวจะเผชิญกับสถานการณ์ที่ยากลำบากก็ตาม เวลานี้ครอบครัวกำลังได้รับพระพรของพระเจ้าอย่างยิ่งใหญ่

สิ่งสำคัญที่สุดในการมุ่งหาสันติสุขคือจิตใจของเราที่มีต่อคนอื่น เราสามารถยอมรับคนทุกประเภทและเปลี่ยนแปลงแม้กระทั่งคนที่ชั่วร้ายได้ถ้าเรารับใช้คนอื่น เสียสละ และถ่อมตัวเองลงด้วยใจจริง

ถ้าเราประนีประนอมกับความเท็จหรือเดินในเส้นทางที่ไม่ใช่ความจริงเพียงเพื่อหลีกเลี่ยงความขัดแย้งหรือเพื่อให้เป็นที่ยอมรับจากคนอื่น นี่ไม่ใช่การมุ่งหาสันติสุข

ในแง่นี้ เราต้องระมัดระวังที่จะไม่ประนีประนอมกับความเท็จในขณะที่พยายามจะมีสันติสุข ถ้าผู้เชื่อคิดว่าเขาจะงดเข้าร่วมการนมัสการในวันอาทิตย์เพื่อจะทำให้คนในครอบครัวพอใจ สิ่งนี้ไม่ใช่เป็นการมุ่งหาสันติสุข แต่เป็นการประนีประนอม ในกรณีเช่นนี้ ไม่ใช่เฉพาะคนอื่นเท่านั้นที่พยายามจะยับยั้งเขาไม่ให้ไปโบสถ์ในวันอาทิตย์ แต่ผู้เชื่อเองก็อาจห่างเหินไปจากพระเจ้าและเข้าสู่หนทางแห่งความตายได้

จะเกิดอะไรขึ้นถ้าเราคำนับรูปเคารพเพียงเพื่อหลีกเลี่ยงการเผชิญหน้ากับคนในครอบครัว? หรือจะเกิดอะไรขึ้นถ้าคุณรู้สึกว่าคุณต้องสังสรรค์กับเพื่อนร่วมงานเมื่อพนักงานทุกคนออกไปดื่มด้วยกันและคุณก็ดื่มเหล้ากับเขาด้วย?

การทำเช่นนี้อาจก่อให้เกิดความสงบสุขอยู่ชั่วระยะหนึ่ง แต่ในแง่วิญญาณจิตคุณได้สร้างกำแพงบาปขึ้นมาขัดขวางระหว่างคุณกับพระเจ้า คุณได้ทำลายสันติสุขกับพระเจ้าอย่างรุนแรง ดังนั้น คุณจึงไม่สามารถรับการปกป้องหรือการอวยพรจากพระเจ้า สันติสุขชั่วครู่ชั่วยา

มไม่ใช่สิ่งที่ยั่งยืนเช่นกัน เพื่อรักษาความสงบสุขเอาไว้ในท่ามกลางม นุษย์ ประการแรก เราต้องทำให้พระเจ้าพอพระทัยก่อน สาเหตุก็เพราะสุภาษิต 16:7 กล่าวว่า “เมื่อทางของมนุษย์เป็นที่โปรดปรานแด่พระเยโฮวาห์ แม้ศัตรูของเขานั้นพระองค์ก็ทรงกระทำให้คืนดีกับเขาได้”

ฮีบรู 12:14 กล่าวว่า “จงอุตส่าห์ที่จะสงบสุขอยู่กับคนทั้งปวง และที่จะได้ใจบริสุทธิ์ ด้วยว่านอกจากนั้นไม่มีใครจะได้เห็นองค์พระผู้เป็นเจ้า” และ 1 เปโตร 3:11 กล่าวว่า “ให้เขาละความชั่วและกระทำความดี แสวงหาความสงบสุขและดำเนินตามนั้น” ขอให้เราไม่เพียงแต่รักษาสันติสุขกับพระเจ้าเอาไว้แต่จงรักษาความสงบสุขกับมนุษย์ทุกคนด้วยเช่นกัน เมื่อทำเช่นนั้นแล้วเราก็จะสามารถมีประสบการณ์กับความไพบูลย์แห่งการทำงานของพระเจ้า

บทที่ 4

สติปัญญาแห่งความสุขภาพอ่อนน้อม

ยอมสละทุกสิ่งด้วยจิตใจแห่งความจริง

พลังอำนาจของจิตใจแห่งการให้

พระพรที่ได้รับผ่านสติปัญญาแห่งความสุภาพอ่อนน้อม

เสรีภาพแห่งความจริงที่มาจากความสุภาพอ่อนน้อม

ความเข้าใจมาจากความสุภาพอ่อนน้อม

การขาดความสุภาพอ่อนน้อมก่อให้เกิดความรู้สึกขุ่นเคืองใจ

สติปัญญาแห่งความสุภาพอ่อนน้อม
"แต่ปัญญาจากเบื้องบนนั้นบริสุทธิ์เป็นประการแรก แล้วจึงเป็นความสงบสุข
สุภาพและว่าง่าย เปี่ยมด้วยความเมตตาและผลอันดี ไม่มีความลำเอียง
ไม่หน้าซื่อใจคด"
(ยากอบ 3:17)

ปกติผู้คนจะพูดว่าเมื่อเขาดูคนอื่นเล่นหมากรุกเขาสามารถมองเห็นการเดินหมากได้ดีกว่าผู้คนที่กำลังเล่นหมากรุก แม้จริงๆ แล้วคนที่กำลังเล่นหมากรุกเป็นผู้เล่นฝีมือดีกว่า แต่เขาอาจพลาดสิ่งสำคัญพื้นฐานไปถ้าเขาอยู่ภายใต้แรงกดดันเพื่อจะชนะการแข่งขัน แต่คนที่นั่งดูการแข่งขันไม่มีแรงกดดัน ดังนั้นเขาจึงสามารถมีมุมมองที่ดีกว่าและมีช่องว่างที่จะคิด บางครั้งชีวิตคริสเตียนของเราก็คล้ายคลึงกับสถานการณ์แบบนี้

เมื่อเราเห็นแก่ประโยชน์ส่วนตนเราอาจไม่สามารถแยกแยะความจริงได้ เรารู้ว่าความจริงคืออะไรในความรู้ของเรา แต่เราไม่สามารถทิ้งผลประโยชน์ของตน ดังนั้น เราจึงไม่สามารถประพฤติตามความจริง แต่ถ้าจิตใจของเราเต็มล้นไปด้วยความจริงและถ้าเราได้กำจัดความต้องการที่เห็นแก่ตัวทิ้งไปเราก็สามารถแยกแยะได้ว่าอะไรคือสิ่งที่ถูกต้องอย่างง่ายดายและไม่ใช่เรื่องยากที่จะประพฤติตามความจริง

เราจะสามารถมองเห็นหนทางแห่งความจริงได้อย่างชัดเจนด้วยเช่นกัน ดังนั้นเราจึงสามารถให้คำตอบอย่างชัดเจนเกี่ยวกับปัญหาของคนอื่นเช่นกัน สติปัญญาแบบนี้เป็นที่ต้องการเป็นพิเศษสำหรับศิษยาภิบาลและผู้นำเมื่อเขากำลังทำงานของพระเจ้าดูแลสมาชิกของคริสตจักร และให้คำแนะนำที่เหมาะสมกับคนเหล่านั้น แน่นอน ถ้าคุณมีสติปัญญานี้ สิ่งนี้ก็จะเป็นประโยชน์อย่างมากในชีวิตประจำวันของคุณด้วยเช่นกัน

ยอมสละทุกสิ่งด้วยจิตใจแห่งความจริง

การเป็นคนสุภาพอ่อนน้อมคือการให้เกียรติคนอื่นหรือการมีนิสัยใจคอที่กรุณาปรานี เป็นกันเอง และอ่อนโยน แต่ความหมายฝ่ายวิญญาณลึกซึ้งกว่านี้ เมื่อคนหนึ่งมีความจริงอย่างบริบูรณ์ในจิตใจของเขาและในเวลาเดียวกันเขามีเสรีภาพแห่งความจริงด้วยเช่นกัน บุคคลเ

ช่นนี้สามารถสละทุกสิ่งที่เขามีอยู่ สิ่งนี้นำมาซึ่งความหมายฝ่ายวิญญาณของ "ความสุภาพอ่อนน้อม" บุคคลไม่เพียงแต่จะสามารถสละสิ่งของที่เป็นวัตถุเท่านั้น แต่เขายังสามารถสละเวลา ความพยายาม ความสนใจ การรับใช้ และแม้กระทั่งชีวิตของเขาด้วยเช่นกัน เพื่อให้สามารถเสียสละตนเองอย่างสิ้นเชิง บุคคลนั้นต้องเต็มล้นด้วยความจริงในจิตใจของเขาอย่างสมบูรณ์และไม่มีความเห็นแก่ตัว

พระเยซูทรงเป็นแบบอย่างที่ดีเยี่ยมของการเสียสละสิ่งสารพัดด้วยจิตใจที่บริบูรณ์ไปด้วยความจริง พระเยซูทรงเป็นพระบุตรของพระเจ้าและพระองค์ไม่มีความบาปหรือจุดด่างพร้อย พระทัยของพระองค์คือความจริง ในขณะที่พระองค์ทรงอยู่ในโลกนี้ พระองค์ทรงอยู่ด้วยพระประสงค์ของพระเจ้าเท่านั้นและทรงมอบถวายทุกสิ่งที่เป็นของพระองค์

พระองค์ประกาศพระกิตติคุณแห่งแผ่นดินสวรรค์และทรงรักษาคนเจ็บป่วยจนแทบจะไม่มีเวลากินอาหารหรือพักผ่อน พระองค์ทรงตรากตรำทำงานหนักและทรงหลั่งน้ำตาอยู่หลายครั้งและในที่สุดทรงมอบถวายชีวิตของพระองค์เองเพื่อดวงวิญญาณ พระองค์ไม่มีบาปหรือตำหนิด่างพร้อย แต่พระองค์ก็ทรงถูกตรึงเพื่อช่วยคนบาปซึ่งถูกกำหนดไว้สำหรับความตายนิรันดร์ให้รอด พระองค์ทรงช่วยดวงวิญญาณจำนวนนับไม่ถ้วนให้รอดด้วยการเสียสละของพระองค์และทรงนำคนเหล่านั้นเข้าสู่แผ่นดินสวรรค์

ทีนี้เมื่อเทียบกับการเสียสละของพระองค์แล้ว พวกเราควรประพฤติตนอย่างไร? เราพร้อมที่จะยอมรับเอาความสูญเสียเพื่อคนอื่นหรือไม่? เราสามารถให้สิ่งที่เรามีอยู่หรือไม่? ถ้าเราเห็นแก่ประโยชน์ส่วนตัว เห็นแก่รสนิยม ศักดิ์ศรี ความเห็นและสิ่งอื่นใดที่เป็นของเรา เราก็ไม่สามารถเสียสละตัวเอง

เราสามารถเรียนรู้เกี่ยวกับความสุภาพอ่อนน้อมผ่านการกระทำข

องอับราฮัมในปฐมกาลบทที 13 เมืออับราฮัมและโลทได้รับพระพรอย่างมากมายจากพระเจ้าและฝูงสัตว์ของเขาก็เพิ่มจำนวนขึ้นคนเลี้ยงแกะของเขาทะเลาะวิวาทกัน เนื่องจากเขาต้องให้อาหารและให้น้ำแก่ฝูงสัตว์ของตนในพื้นที่ที่มีทรัพยากรจำกัด จึงเป็นการยากที่จะดูแลสัตว์จำนวนมากเหล่านั้นให้ทั่วถึง เมื่ออับราฮัมทราบเรื่องนี้ท่านตัดสินใจที่จะแยกตัวออกไป ดังนั้นในปฐมกาล 3:9 ท่านจึงกล่าวกับโลทว่า “โปรดจงแยกไปจากเราเถิด ถ้าเจ้าไปทางซ้ายมือเราจะไปทางขวามือ หรือถ้าเจ้าไปทางขวามือเราจะไปทางซ้ายมือ”

สรุปสั้นๆ ก็คือโลทได้รับพระพรเพราะอับราฮัม พระเจ้าทรงรักอับราฮัมและเพราะโลทพักอาศัยอยู่กับอับราฮัมโลทจึงได้รับพระพรเป็นทรัพย์สมบัติมากมาย นอกจากนี้ โลทเป็นหลานชายของอับราฮัมด้วยเช่นกัน ดังนั้น ถ้าโลทได้ยินว่ามีการทะเลาะวิวาทกันในหมู่คนใช้เขาควรตักเตือนคนใช้ของตนอย่างรุนแรงเพื่อไม่ให้ข่าวนั้นไปถึงหูของอับราฮัมลุงของเขา แต่โลทกลับไม่ได้ทำเช่นนั้น

นอกจากนั้น แม้ในยามที่เขาแยกไปจากอับราฮัม โลทได้เลือกเอาดินแดนที่ดีกว่าซึ่งมีน้ำเพียงพอ บุคคลธรรมดาคงจะรู้สึกผิดหวังและแม้กระทั่งโกรธหลานชายอย่างโลท แต่อับราฮัมไม่ได้มีความรู้สึกอึดอัดใจชนิดใดอยู่เลย ท่านมีความสุภาพอ่อนน้อมของจิตใจอย่างมากจนท่านสามารถสละทุกสิ่งและพร้อมที่จะสละให้มากขึ้นด้วยซ้ำถ้าคนอื่นต้องการ แต่อับราฮัมไม่ได้พบกับความสูญเสียใดเลยจากการที่ท่านยอมเพื่อเห็นแก่ประโยชน์ของโลท ตรงกันข้าม ท่านได้รับพระพรมากกว่าที่ท่านให้ออกไป

เนื่องจากอับราฮัมได้สำแดงความดีกับโลท พระเจ้าจึงทรงสัญญากับท่านว่าพระองค์จะประทานแผ่นดินทั้งหมดที่อยู่ทางทิศเหนือทิศใต้ ทิศตะวันออก และทิศตะวันตกให้แก่ท่านและทำให้เชื้อสายขอ

งท่านมีจำนวนนับไม่ถ้วน เพราะอับราฮัมสำแดงความสุภาพอ่อนน้อมอย่างเปียมล้นและประพฤติตนด้วยความดีมากกว่าทีกำหนดไว้ของท่าน อับราฮัมจึงได้รับพระพรอันยิงใหญ่จากพระเจ้า

พลังอำนาจของจิตใจแห่งการให้

ในโลกนีมีการพูดว่าเป็นการไม่ฉลาดทีจะสละสิงของของคุณให้กับคนอืน แต่ต้องรักษาสิงเหล่านันเอาไว้ ผู้คนพูดเช่นกันว่าถ้าคนหนึงถูกต่อยหนึงครังเขาควรต่อยกลับหนึงครังเช่นกัน ถ้าเขาให้ไปหนึงเขาต้องการทีจะได้รับกลับคืนมากกว่านัน ผู้คนคิดว่านีคือสติปัญญา แต่กิจการ 20:35 กล่าวว่า "การให้เป็นเหตุให้มีความสุขยิงกว่าการรับ" เมือเราให้และแบ่งปันในพระนามขององค์พระผู้เป็นเจ้า เราจะได้รับพระพรทียิงใหญ่กว่าจากพระเจ้า นีคือสติปัญญาทีแท้จริง

ผมขอแนะนำคำพยานของนักธุรกิจคนหนึง เวลานีเขามีธุรกิจขนาดใหญ่มาก แต่ครังแรกเขาเริมต้นกับร้านขายของเล็กๆ แห่งหนึงในแถบชานเมือง เนืองจากเขามีเงินไม่เพียงพอเขาจึงไม่สามารถซือสินค้ามาตุนไว้ในร้านและยอดขายก็ไม่ได้มากมายนัก ร้านของเขาเป็นร้านขนาดเล็ก แต่เขาปฏิบัติกับลูกค้าทุกคนด้วยความจริงใจทังสินทีเขามีอยู่

แม้ลูกค้ากำลังซือสินค้าทีมีราคาถูก แต่เขาก็อธิบายเกียวกับผลิตภัณฑ์ชินนันอย่างดีทีสุดทีเขาทำได้ เมือมีผู้คนสอบถามเกียวกับเส้นทาง เขาจะแนะนำคนเหล่านันอย่างมีน้ำใจ นอกจากนัน ในเมืองนันมีพลเมืองสูงวัยทีร่างกายอ่อนแอและมีชีวิตอยู่ในความโดดเดียวอาศัยอยู่จำนวนมาก เมือคนเหล่านีเดินผ่านร้านของเขา เขาจะออกมาหน้าร้านและถามไถ่เกียวกับสุขภาพของคนเหล่านันว่าลูกๆ ของเขามาเยียมบ่อยมากหรือไม่และสอบถามเรืองอืนๆ ถ้าผู้สูงวัยมีปัญหาในการเดิน เขาจะช่วยคนเหล่านันด้วยเช่นกัน การกระทำของเขาคงสัมผัสจิตใจของผู้คนอย่างลึกซึงแน่นอน!

ผู้คนที่โลภเงินอาจคิดว่าเขาทำสิ่งเหล่านั้นเพื่อจะดึงลูกค้าเพิ่มมากขึ้น แต่เขาไม่ได้ทำสิ่งที่เขากำลังทำอยู่ด้วยความโลภเงิน เขาไม่ได้มีใจปรานีเพียงเพื่อจะทำให้ลูกค้าพอใจและเป็นเหตุให้เขาซื้อสินค้า เขาให้ความสนใจอย่างแท้จริงกับผู้คนในเมืองนั้นและมอบความรักให้กับคนเหล่านั้นด้วยความจริง แม้ลูกค้าไม่ซื้อสิ่งของใดในร้านของเขา แต่เขาก็จะเดินไปส่งลูกค้าด้วยรอยยิ้มเพื่อไม่ให้ลูกค้ารู้สึกเคอะเขิน ถ้ามีคนมาขอเปลี่ยนสินค้าชิ้นหนึ่งชิ้นใดเขาก็จะเปลี่ยนให้โดยไม่มีความรู้สึกไม่พอใจแต่อย่างใด

ในเวลานั้นผู้คนยังไม่มีโทรศัพท์มือถือเหมือนปัจจุบัน ดังนั้น จึงมีบางคนต้องการใช้โทรศัพท์ในร้าน เขาเพียงแต่ให้คนเหล่านั้นใช้โทรศัพท์ เมื่อมีคนต้องการใช้โทรศัพท์เพิ่มมากขึ้น เขาจึงต่อสายโทรศัพท์ออกไปด้านนอกเคาน์เตอร์ของร้าน ผู้คนที่ประทับใจกับความสุภาพอ่อนน้อมและความกรุณาปรานีนี้ไม่เพียงแต่กลายเป็นลูกค้าประจำของร้านเท่านั้น แต่คนเหล่านั้นยังแนะนำร้านนี้ให้กับญาติพี่น้องของตนด้วยเช่นกัน เมื่อคนเหล่านั้นย้ายออกไปจากเมืองนั้นเขาจะแนะนำให้ผู้คนที่ย้ายเข้ามาอยู่ในเมืองนี้ไปซื้อของที่ร้านค้าแห่งนี้

เขาให้มากกว่าที่คาดไว้จากเขาและรับใช้คนอื่นอย่างจริงใจ แต่เขาไม่พบกับความสูญเสียใดเลย เขาได้จิตใจของผู้คนและสิ่งนี้เปรียบกันไม่ได้เลยกับกำไรเล็กๆ น้อยๆ ในชั่วครู่ชั่วยาม นี่เป็นผลของสติ ปัญญาซึ่งมาจากจิตใจที่สุภาพอ่อนน้อม

เมื่อได้ยินเรื่องราวเช่นนี้หลายคนจะรู้สึกประทับใจและคิดว่าเขาอยากทำแบบเดียวกัน แต่ในความเป็นจริงไม่ใช่เรื่องง่ายที่จะทำเช่นนั้น ถ้าลูกค้ามายืนดูของในร้านเป็นเวลานานแต่ไม่ซื้ออะไรหลายครั้งเจ้าของร้านจะรู้สึกไม่พอใจ หลังจากที่เขาอธิบายเกี่ยวกับตัวสินค้าแล้ว ถ้าดูเหมือนว่าลูกค้าจะไม่ซื้อของชิ้นใด เขาจะแสดงน้ำเสียงโกรธเคือง เขาจะไม่ปฏิบัติกับลูกค้าเหล่านี้ด้วยค

วามปรานีอีกต่อไป เขาจะปฏิบัติกับลูกค้าอย่างปรานีเมื่อลูกค้าซื้อบางสิ่งบางอย่าง แต่เมื่อลูกค้าเปลี่ยนใจและเอาสินค้ากลับมาเปลี่ยน เขาจะปฏิบัติกับลูกค้าอย่างไม่แยแส

ตอนนี้ผู้คนได้รับบทเรียนเกี่ยวกับวิธีการปฏิบัติกับลูกค้าในบริษัทหรือในร้านของเขา แต่ตราบใดที่เขายังมีความเห็นแก่ตัว ความโกรธ และความโลภอยู่ในเขา เขาจะไม่สามารถสำแดงความสุภาพอ่อนน้อมอย่างสมบูรณ์ได้ เขาไม่สามารถเอาชนะอารมณ์โกรธและความหงุดหงิดที่เกิดขึ้นและเขาจะแสดงอารมณ์นั้นออกมาภายนอกเช่นกัน เพราะเหตุนี้ ความสุภาพอ่อนน้อมจึงไม่ได้หมายถึงแค่การสละทุกสิ่งของตน ความจริงต้องอยู่ในจิตใจของเขาอย่างบริบูรณ์ด้วยเช่นกันและจากความจริงนั้นเขาต้องสละทุกสิ่งของตน

พระพรที่ได้รับผ่านสติปัญญาแห่งความสุภาพอ่อนน้อม

การเติมจิตใจของเราให้เต็มด้วยความจริง การทำให้ความจริงนั้นเข้มข้นสมบูรณ์ และการสละตัวเราเพื่อรับใช้คนอื่นคือสติปัญญาที่จะเอาชนะจิตใจคนอื่น จงจำไว้ว่าถ้าคุณเพาะบ่มความสุภาพอ่อนน้อมไว้อย่างครบถ้วนและเปี่ยมล้นด้วยการเติมจิตใจของคุณด้วยความจริงอย่างสมบูรณ์ คุณก็สามารถให้โดยไม่รู้สึกว่าสูญเสียหรือไม่มั่นคง คุณจะสามารถช่วยคนอื่นพัฒนาสภาพของเขาให้ดีขึ้นด้วยเช่นกัน คุณจะไม่คำนึงถึงผลประโยชน์เล็กๆ น้อยๆ ที่อยู่ต่อตรงคุณ เมื่อผู้คนลักษณะเช่นนี้ได้รับพระพรจากพระเจ้าพระบิดาเขาจะเข้าใจถึงสติปัญญาอย่างชัดเจนที่ว่าการให้เป็นเหตุให้มีความสุขยิ่งกว่าการรับและคนที่รับใช้จะเป็นเอกเป็นใหญ่

เพราะเรารู้เรื่องนี้ เราจึงให้การสนับสนุนคริสตจักรเปิดใหม่แห่งอื่นนับตั้งแต่การเปิดคริสตจักรนี้เป็นต้นมา ทั้งที่คริสตจักรของเราเองก็มีไม่พอ แม้ในยามที่เรามีไม่พอสำหรับตัวเอง เราก็ยังออมเงินอีกส่วนหนึ่งไว้สำหรับการประกาศพระกิตติคุณทั่วโลกและการช่วยวิญญา

ณอีกหนึ่งดวงให้รอด แม้คำขอร้องของผู้คนบางคนจะเกินเลยความสามารถของเราที่จะให้ได้ แต่เราก็พร้อมที่จะให้ถ้าสิ่งนั้นสามารถช่วยดวงวิญญาณเหล่านั้นให้รอด แม้เราจะถูกตบที่แก้มขวาโดยไม่มีเหตุผล แต่เราก็พร้อมที่จะหันแก้มซ้ายให้เขาถ้าสิ่งนั้นสามารถนำสันติสุขมาสู่เรา บางครั้งเราถูกฉ้อโกงทั้งๆ ที่รู้ว่าคนเหล่านั้นกำลังโกงเรา

เราไม่ได้ถูกตบเพราะเราไม่มีกำลังที่จะตอบโต้และการที่เราหันแก้มอีกข้างหนึ่งให้เขาไม่ใช่เพราะเราไม่มีความรู้สึก แต่เป็นเพราะว่าเรามีความรักที่จะช่วยดวงวิญญาณให้รอดและเชื่อในการทำงานของพระเจ้าผู้ยิ่งใหญ่ เมื่อเราประพฤติแบบนั้นอย่างต่อเนื่อง พระเจ้าทรงอนุญาตให้เราเติบโตเป็นคริสตจักรขนาดใหญ่ในช่วงเวลาเพียงสั้นๆ เมื่อเราแบ่งปันและให้ออกไป เราไม่ได้ยากจนลง แต่เรากลับร่ำรวยมั่งคั่งมากยิ่งขึ้นอย่างต่อเนื่อง คนฉลาดคือคนที่รู้ถึงหลักการนี้และนำไปประยุกต์ใช้

เช่นเดียวกันเมื่อคุณทำงานเพื่อแผ่นดินของพระเจ้าและดูแลดวงวิญญาณ ใน 2 โครินธ์ 12:15 เราสามารถเห็นถึงคำกล่าวยอมรับของอัครทูตเปาโล ข้อนี้กล่าวว่า "และข้าพเจ้ามีความยินดีที่จะเสียและสละแรงหมดเพื่อท่านทั้งหลาย แม้ว่าข้าพเจ้ารักท่านมากขึ้นๆ ท่านกลับรักข้าพเจ้าน้อยลง" เมื่อคุณสละทุกสิ่งด้วยความรักที่คุณมีต่อพระเจ้าและต่อดวงวิญญาณ สิ่งนั้นอาจดูเหมือนว่าคุณกำลังใช้ทรัพย์สมบัติของตนไปโดยสูญเปล่า แต่เมื่อคุณทำแบบนี้อยู่อย่างต่อเนื่อง คุณจะเป็นที่รักของพระเจ้าและของผู้คนจำนวนมากขึ้นเรื่อยๆ

เมื่ออัครทูตเปาโลสละทุกสิ่งที่ท่านมี ท่านได้คนงานอย่างทิโมธีซึ่งถือว่าเปาโลเป็นเหมือนบิดาของตนและเขาได้ปรนนิบัติและรักท่านเหมือนบิดาคนหนึ่ง นอกจากนั้น ท่านยังได้คริสตจักรและสมาชิกซึ่งพร้อมที่จะควักดวงตาของเขาและมอบให้ท่าน ถ้าเป็นไปได้

คนงานคริสตจักรมีอยู่หลายประเภท มีบางคนที่เก่งในการทำงาน

อาสาสมัครหรือการร้องเพลง หรือบางคนมีความเชื่อดี หรือบางคนมีทักษะที่ดีในการสั่งสอน และผู้คนซึ่งเป็นที่รักของคนอื่นอย่างแท้จริงคือผู้คนที่หยิบยื่นทุกสิ่งที่เขามีและรับใช้คนอื่นด้วยสิ้นสุดใจของเขาไม่ใช่ด้วยสิ่งของที่เป็นวัตถุเท่านั้นแต่ด้วยน้ำตาและพลังงานทั้งสิ้นของเขาเช่นกัน

ไม่ว่าเขาจะหลับหรือตื่นคนเหล่านี้จะโอบอุ้มดวงวิญญาณไว้ในจิตใจของเขาและอธิษฐานเผื่อคนเหล่านั้นอยู่เสมอ เขาร้องไห้กับคนอื่นในความทุกข์โศก เขาอธิษฐานร่วมกันในเวลาแห่งความลำบาก และเขาแบ่งปันความยินดีและการร้องไห้คร่ำครวญร่วมกัน เมื่อผู้นำเสียสละและให้ทุกสิ่ง เขาจะเป็นที่รักของผู้คน พระเจ้าจะทรงรักเขาและยกชูเขาขึ้นด้วยเช่นกัน นอกจากนี้ ถ้าคุณเพาะบ่มความจริงเอาไว้ในจิตใจของคุณและถ้าคุณให้ตัวคุณเองกับคนอื่น คุณจะมีสติปัญญาที่สามารถแยกแยะความจริงได้อย่างชัดเจน จากนั้น คุณจะสามารถฟื้นฟูดวงวิญญาณขึ้นมาใหม่และเยียวยาจิตใจที่มีบาดแผลให้หายเช่นกัน

เสรีภาพแห่งความจริงที่มาจากความสุภาพอ่อนน้อม

"ความสุภาพอ่อนน้อม" เป็นคุณสมบัติของจิตใจที่สามารถยอมให้ทุกสิ่งทุกอย่างเพราะเรามีความจริงอย่างบริบูรณ์ในจิตใจของเราและในเวลาเดียวกันเรามีเสรีภาพในความจริงนั้น ถ้าเช่นนั้น "เสรีภาพแห่งความจริง" คืออะไร? ยอห์น 8:32 กล่าวว่า "และท่านทั้งหลายจะรู้จักความจริง และความจริงนั้นจะทำให้ท่านทั้งหลายเป็นไทย" สำหรับผู้คนที่ไม่ได้ดำเนินชีวิตด้วยความจริง เขาอาจรู้สึกว่าความจริงเป็นเหมือนโซ่ตรวน แต่สำหรับผู้คนที่รู้จักความจริงและประพฤติตามความจริงอย่างสมบูรณ์ เขาจะรู้สึกเป็นอิสระอยู่ในความจริง

ยกตัวอย่าง เมื่อคุณก่ออาชญากรรมและกำลังหนีกฎหมาย คุณจะสะดุ้งตกใจเมื่อคุณมองเห็นเจ้าหน้าที่ตำรวจ แต่ผู้คนที่รักษากฎหมาย

เป็นอย่างดีจะไม่รู้สึกอะไรแบบนั้นเมื่อเขาเห็นเจ้าหน้าที่ตำรวจ แต่เขากลับรู้สึกปลอดภัยมากขึ้นที่มีตำรวจอยู่ในใกล้ๆ เพราะเมื่อยามจำเป็นเขาอาจขอความช่วยเหลือจากเจ้าหน้าที่ตำรวจ ผู้คนที่ดำเนินชีวิตอยู่ในความจริงจะรู้ว่ากฎเกณฑ์ของพระเจ้าเป็นความรักของพระเจ้าและเป็นหนทางไปสู่พระพร ดังนั้นเขาจึงไม่มีความกลัว

ยกตัวอย่าง ขอให้เราพิจารณาดูพระบัญญัติที่ให้รักษาวันสะบาโตให้บริสุทธิ์อย่างสมบูรณ์ ถ้าคุณไม่มีความเชื่อที่จะรักษาวันสะบาโตให้บริสุทธิ์อย่างสมบูรณ์ คุณจะรู้สึกเป็นภาระเกี่ยวกับพระบัญญัติข้อนี้ คุณจะรู้สึกว่าพระคำที่บอกคุณไม่ให้ทำธุรกิจหรือเข้าร่วมในความบันเทิงฝ่ายโลกในวันสะบาโตเป็นเหมือนโซ่ตรวน แต่ผู้คนที่รักษาวันสะบาโตจากส่วนลึกแห่งจิตใจของตนอย่างแท้จริงจะไม่รู้สึกเป็นภาระจากสิ่งนี้ เขารู้ว่าการที่เขารักษาวันขององค์พระผู้เป็นเจ้าให้บริสุทธิ์นั้นทำให้เขายอมรับถึงความยิ่งใหญ่ฝ่ายวิญญาณของพระเจ้า ดังนั้นเขาจึงมีสันติสุขและได้รับพระพร

เราสามารถรับการปกป้องจากภัยพิบัติหรืออุบัติเหตุตลอดสัปดาห์เมื่อเรารักษาวันขององค์พระผู้เป็นเจ้าให้บริสุทธิ์ เจ้าของร้านจะไม่พบกับการขาดทุนเพียงเพราะเขาไม่เปิดร้านของตนในวันอาทิตย์ เขาจะได้รับมากขึ้น พระเจ้าทรงมอบรายได้ที่มีค่าเทียบเท่ากับรายได้ของ 7 วันในช่วงการทำงาน 6 วัน พระองค์ทรงสามารถป้องกันไม่ให้เกิดค่าใช้จ่ายที่ไม่คาดคิดด้วยเช่นกัน เพราะพระเจ้าทรงป้องกันให้พ้นจากโรคภัยและอุบัติเหตุและทรงมอบความเจริญรุ่งเรืองแก่เราในสิ่งสารพัด ดังนั้นเราจึงไม่จำเป็นต้องใช้จ่ายสำหรับค่ายาหรือค่ารักษาพยาบาล เราไม่จำเป็นต้องการใช้เงินพิเศษเพราะอุบัติเหตุเหนือสิ่งอื่นใด วิญญาณจิตของเราจะจำเริญขึ้น ดังนั้นเราจึงรู้สึกเป็นสุขและสบายใจ ฉะนั้น เราจึงรู้สึกเป็นอิสระอย่างมากที่ได้รู้จักความจริงและดำเนินชีวิตด้วยความจริงนั้น

อีกตัวอย่างหนึ่ง ถ้าเรากำจัดความเกลียดชังทิ้งไป จากนั้นเราจะรู้สึกเบาใจและเป็นสุข ในอดีตเราเคยรู้สึกเป็นภาระหนักในจิตใจของเราและรู้สึกเสียใจต่อพระพักตร์พระเจ้าเพราะความเกลียดชังของเรา แต่ถ้าเรากำจัดธรรมชาติบาปที่มีชื่อว่าความเกลียดชังนี้ทิ้งไป เราจะรู้สึกเป็นสุขมาก เราจะรู้สึกดีมากจนเราสงสัยว่าเหตุใดเราถึงใช้เวลานานมากที่จะกำจัดสิ่งนี้ทิ้งไป ความจริงปลดปล่อยเราให้เป็นอิสระจากแอกและจากภาระหนักของความบาป

อันดับต่อไป ถ้าจิตใจของเราเต็มล้นไปด้วยความจริงเราก็สามารถหยิบยื่นเสรีภาพนั้นไปให้กับคนอื่นเช่นกัน เราจะไม่พิพากษาหรือประณามคนอื่นเพียงเพราะเขาไม่ได้ดำเนินชีวิตด้วยความจริง แต่เราจะหนุนใจเขาและเสริมกำลังเขาเพื่อเขาจะสามารถดำเนินชีวิตด้วยความจริงเช่นกัน

"การเต็มล้นไปด้วยความจริงในจิตใจของเรา" ไม่ใช่เป็นเพียงการรู้ว่าความจริงคืออะไรด้วยความรู้ของเราเพียงลำพัง ท่อนหลังของ 1 โครินธ์ 8:1 กล่าวว่า "...ความรู้นั้นทำให้ลำพอง แต่ความรักเสริมสร้างขึ้น" ถ้าเรารู้จักความจริงในรูปของความรู้เพียงอย่างเดียว สิ่งนี้ก็หมายความว่าเรารู้น้อยมากและกระนั้นเราก็อาจหยิ่งผยองโดยคิดว่าเรารู้ทุกสิ่งทุกอย่าง ยกตัวอย่าง เมื่อผู้คนที่เข้าใจความจริงในรูปของความรู้เพียงอย่างเดียวสังเกตบุคคลที่ต้องการรับการปรนนิบัติ ในไม่ช้าคนเหล่านี้อาจพิพากษาและประณามบุคคลนั้น เขาอาจคิดในใจว่า "แน่หละ เขาคงคิดว่าตนเองสำคัญมากทีเดียว" แต่เขากลับไม่ตระหนักว่าตนเองกำลังละเมิดความจริงที่บอกเราไม่ให้พิพากษาพี่น้องของเรา

ในอีกด้านหนึ่ง ผู้คนที่มีความจริงอยู่ในจิตใจจะมองดูบุคคลนั้นด้วยมุมมองของขนาดแห่งความเชื่อของเขา เขาจะแยกแยะระหว่างสิ่งที่ถูกและสิ่งที่ผิดด้วยพระคำของพระเจ้า แต่ถึงแม้ในยามที่เขาเห็นควา

มเท็จจากคนอื่นเขาก็ยังคงสามารถยอมรับและปกปิดความผิดของคนอื่นด้วยความรักได้ เพราะเขาได้รับพระเมตตาจากพระเจ้าเมื่อครั้งที่เขาเคยมีจุดบกพร่องหลายอย่าง คนเหล่านี้จึงสำแดงความเมตตาต่อคนอื่นด้วยเช่นกัน

ความเข้าใจมาจากความสุภาพอ่อนน้อม

เมื่อความจริงเข้ามาในจิตใจของเราอย่างสมบูรณ์และถ้าเรามีจิตใจกว้างขวางในเสรีภาพแห่งความจริง เราก็สามารถมองเห็นช่องทางอย่างชัดเจนในทุกสิ่ง กล่าวคือ เราสามารถได้ “ความเข้าใจ” เราสามารถเข้าใจสิ่งนี้ได้ไม่ยากเมื่อเราพิจารณาดูกรณีของพระเยซู พระเยซูทรงสั่งสอนเรื่องพระทัยของพระเจ้าแก่ประชาชนด้วยเสรีภาพแห่งความจริง

ในยอห์นบทที่ 8 เราอ่านเกี่ยวกับผู้หญิงคนที่ถูกจับฐานล่วงประเวณี วันหนึ่งพวกยิวนำผู้หญิงที่ถูกจับฐานล่วงประเวณีคนหนึ่งมาหาพระเยซู คนเหล่านั้นถามพระเยซูว่าเขาควรทำสิ่งใดกับผู้หญิงคนนั้นตามธรรมบัญญัติของพระคัมภีร์เดิมเขาต้องเอาหินขว้างผู้หญิงคนนั้นจนตาย แต่ถ้าพระเยซูบอกให้เขาเอาหินขว้างผู้หญิงคนนั้น เขาก็จะพูดว่าพระเยซูขาดความรักซึ่งพระองค์ทรงสอนให้ประชาชนมีความรักอยู่เสมอ แต่ถ้าพระเยซูบอกให้เขายกโทษให้ผู้หญิงคนนั้น เขาก็จะกล่าวหาพระองค์ว่าเพิกเฉยต่อธรรมบัญญัติ

ในเวลานั้นพระเยซูทรงเริ่มเขียนบางสิ่งบางอย่างลงบนพื้นดินโดยไม่ตรัสสิ่งใด เมื่อประชาชนทูลขอให้พระองค์ทรงตอบ พระองค์ตรัสว่า “ผู้ใดในพวกท่านที่ไม่มีบาปก็ให้ผู้นั้นเอาหินขว้างเขาก่อน” (ข้อ 7) และทรงใช้นิ้วเขียนลงที่พื้นดินต่อไป เมื่อประชาชนเห็นพระเยซูกำลังเขียนเขาไม่กล้าเอาหินขว้างใส่ผู้หญิงคนนั้น สาเหตุก็เพราะว่าสิ่งที่พระองค์กำลังเขียนลงบนพื้นดินนั้นคือความบาปที่ประชาชนที่อยู่ที่นั่นได้ทำ ด้วยใจวินิจฉัยผิดชอบ

เขาจึงออกไปจากที่นั่นทีละคนและมีเพียงพระเยซูกับผู้หญิงเท่านั้นที่เหลืออยู่ที่นั่น

ยอห์น 8:10-11 กล่าวว่า "เมื่อพระเยซูทรงลุกขึ้นแล้ว และมิได้ทอดพระเนตรเห็นผู้ใด เห็นแต่หญิงผู้นั้น พระองค์ตรัสกับนางว่า 'หญิงเอ๋ย พวกเขาที่ฟ้องเจ้าไปไหนหมด ไม่มีใครเอาโทษเจ้าหรือ' นางนั้นทูลว่า 'พระองค์เจ้าข้า ไม่มีผู้ใดเลย' และพระเยซูตรัสกับนางว่า 'เราก็ไม่เอาโทษเจ้าเหมือนกัน จงไปเถิด และอย่าทำบาปอีก'"

ผู้หญิงคนนี้ที่ตัวสั่นไปด้วยความกลัวและความอับอายได้รับการช่วยให้รอดอย่างน่าตื่นเต้น นางคงจดจำถ้อยคำของพระเยซูที่ตรัสกับนางว่า "จงไปเถิดและอย่าทำบาปอีก" ไว้ในจิตใจของนางไปนานแสนนาน พระเยซูทรงมีพระทัยแห่งความจริงที่สมบูรณ์แบบและดังนั้นพระองค์จึงทรงทราบพระทัยและพระประสงค์ของพระเจ้าอย่างชัดเจน พระองค์ทรงมีเสรีภาพแห่งความจริงเช่นกัน พระองค์ทรงมีความอ่อนโยนที่จะเข้าใจจิตใจของคนบาปและสำแดงความเมตตาต่อเขา พระองค์ทรงสำแดงสติปัญญาเพื่อให้ประชาชนเข้าใจพระทัยที่แท้จริงของพระเจ้าด้วยการตรัสว่า "ผู้ใดในพวกท่านที่ไม่มีบาป ก็ให้ผู้นั้นเอาหินขว้างเขาก่อน"

ถ้าพระเยซูไม่มีความจริงอยู่ในพระทัยของพระองค์อย่างสมบูรณ์ และถ้าพระองค์มีการประณามแม้แต่เพียงเล็กน้อยอยู่ในพระทัยของพระองค์ พระองค์คงไม่ตรัสถ้อยคำเช่นนั้นออกมา ถ้าพระองค์ทรงบอกให้คนเหล่านั้นยกโทษให้เธอเพียงเพราะเธอน่าสงสาร พระองค์คงตกอยู่ในสถานการณ์ที่ยากลำบากมากทีเดียว ทุกส่วนของธรรมบัญญัติของพระเจ้าบรรจุความรักของพระเจ้าเอาไว้ แต่เราไม่สามารถยกโทษให้กับคนบาปทุกคนเพียงแค่เรามีความเห็นอกเห็นใจ ถ้าเราทำเช่นนั้น ความบาปก็จะแพร่กระจายไปเหมือนเชื้อขนมและ

ผู้คนจำนวนมากขึ้นจะล้มลงสู่ความพินาศ สิ่งนี้ต้องไม่เกิดขึ้น เพราะเหตุนี้พระเจ้าจึงทรงกำหนดการลงโทษสำหรับความบาปเอาไว้

พระเยซูทรงทำให้ธรรมบัญญัติสำเร็จอย่างสมบูรณ์และทรงทราบพระทัยของพระเจ้าที่บรรจุอยู่ในธรรมบัญญัติ ดังนั้นพระองค์จึงทรงมีสติปัญญาที่จะช่วยทุกคนให้รอด อีกสิ่งหนึ่งที่เราควรรู้ในที่นี้ก็คือว่าพระเยซูไม่ได้เอ่ยถึงความบาปของประชาชนด้วยถ้อยคำตรงๆ แต่พระองค์ทรงเขียนความบาปเหล่านั้นลงไปบนพื้นดิน พระองค์ไม่ตรัสสิ่งเหล่านั้นที่ทำร้ายความรู้สึกของประชาชนออกมา

พระองค์สามารถชี้ให้เห็นถึงความบาปของเขาโดยตรงโดยตรัสว่า "พวกท่านไม่เคยทำบาปเหล่านี้หรือ? พวกท่านไม่เคยล่วงประเวณีหรือ? และพวกท่านจะเอาหินขว้างนางให้ตายได้อย่างไร?" แต่พระองค์ไม่ทำเช่นนั้นเพราะพระองค์ทรงทราบเช่นกันว่าเขาจะปฏิเสธข้อกล่าวหาถ้าพระองค์กล่าวหาคนชั่วเหล่านั้นโดยตรง พระองค์เพียงแต่ให้เขาอ่านความบาปของตนที่ทรงเขียนไว้บนพื้นดินเพื่อเขาจะออกไปจากที่นั้นอย่างเงียบๆ

การขาดความสุภาพอ่อนน้อมก่อให้เกิดความรู้สึกขุ่นเคืองใจ

บางครั้ง เมื่อคนหนึ่งพูดถึงความผิดของคนอื่น คนที่ฟังเขาอาจทำให้คนนั้นอับอายด้วยการพูดว่า "คุณก็มีความผิดแบบนี้เหมือนกันนั่นแหละ!" แน่นอน การพูดถึงความบกพร่องของคนอื่นเป็นสิ่งที่ไม่ถูกต้อง แต่การวิพากษ์วิจารณ์เรื่องนี้ต่อหน้าเขาเพียงเพราะคนนั้นทำสิ่งที่ผิดก็ไม่ถูกต้องเช่นกัน นั่นเป็นการตอบแทนความชั่วด้วยความชั่วและการทำเช่นนั้นคุณกำลังพิพากษาและประณามด้วยวิธีการเดียวกัน นอกจากนั้น คนที่ได้ยินคำพูดเหล่านี้จะมีความรู้สึกขุ่นเคืองใจแม้สิ่งที่เขาได้ยินจะเป็นจริงก็ตาม

ถ้าเรารู้จักในความจริงเพียงแค่เป็นความรู้เท่านั้นโดยไม่ได้เพาะ

บ่มสิ่งนั้นไว้ในจิตใจของเรา เราอาจทำร้ายคนอื่นได้โดยง่ายด้วยความรู้ของเรา เราไม่ควรสะสมพระคำของพระเจ้าไว้ในสมองของเราเท่านั้นแต่ควรเพาะบ่มพระคำไว้ในจิตใจของเรา เมื่อเราทำเช่นนั้นเราจึงจะสามารถยอมรับคนอื่นด้วยใจกว้างขวาง

ผู้คนที่มีความสุภาพอ่อนน้อมในจิตใจของตนจะไม่ทำร้ายความรู้สึกของคนอื่น แม้บางคนอาจกระทำการด้วยความชั่ว เขาก็จะไม่พิพากษา ประณาม หรือปฏิบัติกับคนนั้นอย่างไม่ถูกต้อง แต่เขาจะนำคนนั้นเข้ามาสู่ความจริงโดยถือว่าเขาเป็นดวงวิญญาณที่มีค่า เมื่อคุณมีจิตใจแบบนี้คุณก็จะได้รับสติปัญญาที่จะนำคนอื่นมาสู่ชีวิต นี่คือสติปัญญาที่ได้รับจากความสุภาพอ่อนน้อม

เราเห็นในคำอุปมาเรื่องบุตรน้อยหลงหายในลูกาบทที่ 15 ว่าบุตรน้อยคนนั้นขอเงินมรดกล่วงหน้าจากบิดาของเขาและหนีออกจากบ้านไป เขากลับมาบ้านในสภาพที่หมดเนื้อหมดตัว ถึงกระนั้นบิดาของเขาก็ยังวิ่งเข้าไปกอดเขาและจัดงานเลี้ยงต้อนรับการกลับมาของเขาด้วยความยินดี และบุตรชายคนโตที่กลับมาจากทำงานขุ่นเคืองใจกับสถานการณ์นี้ บิดาไม่เพียงแต่จะไม่เคยจัดงานเลี้ยงให้กับเขา แม้กระทั่งแพะสักหนึ่งตัวเขาก็ไม่เคยได้รับจากบิดาเลย แต่สำหรับบุตรน้อยหลงหายคนนี้บิดากลับจัดงานเลี้ยงใหญ่ให้เขา

ถ้าบุตรชายคนโตมีความรักของบิดาของตน เขาก็คงปฏิบัติกับน้องชายของเขาด้วยจิตใจกว้างขวางและอ่อนสุภาพ เขาคงคิดว่าสิ่งใดที่เป็นของบิดาก็เป็นของเขาและความยินดีของบิดาก็เป็นความยินดีของเขาด้วยเช่นกัน ถ้าเขาต้อนรับน้องชายด้วยจิตใจแบบนี้ บิดาของเขาคงมอบทรัพย์สมบัติทั้งสิ้นของครอบ ครัวให้เป็นมรดกแก่เขาด้วยความยินดี

โรม 15:1-3 กล่าวว่า "พวกเราที่มีความเชื่อเข้มแข็งควรจะอดทนต่อความเชื่อของคนที่เคร่งหยุมๆ หยิมๆ ของคนที่อ่อนในความเชื่อแ

ละไม่ควรกระทำสิ่งใดตามความพอใจของตัวเอง เราทุกคนจงกระทำให้เพื่อนบ้านพอใจ เพื่อนำประโยชน์และความเจริญมาให้เขา เพราะว่าพระคริสต์ก็มิได้ทรงกระทำสิ่งที่พอพระทัยพระองค์ ตามที่มีคำเขียนไว้แล้วว่า `คำพูดเยาะเย้ยของบรรดาผู้ที่เยาะเย้ยพระองค์ ตกอยู่แก่ข้าพระองค์"

บุตรของพระเจ้าต้องดูแลผู้คนที่อ่อนแอและทำให้เพื่อนบ้านของตนพอใจเพื่อนำประโยชน์และความเจริญมาสู่เขา ผมหวังว่าคุณจะเพาะบ่มจิตใจกว้างขวางแห่งความดีเอาไว้เพื่อจะส่งกลิ่นหอมของความดีออกไปยังทุกที่ทุกแห่งเพื่อคุณจะเป็นบุตรของพระเจ้าที่สามารถทำให้พระองค์ทรงภาคภูมิใจ

บทที่ 5

สติปัญญาแห่งการใช้เหตุผล

ผลของความดีในคำพูดและการกระทำ

เราควรมีความมั่นใจฝ่ายวิญญาณ

อย่าเป็นเหตุให้ผู้ใดสะดุด

อย่าใช้สิทธิ์และอำนาจตามอำเภอใจ

พระพรของการดำเนินชีวิตที่ควบคุมตนเองเพื่อพระเจ้า

สติปัญญาแห่งการใช้เหตุผล
"แต่ปัญญาจากเบื้องบนนั้นบริสุทธิ์เป็นประการแรก แล้วจึงเป็นความสงบสุข
สุภาพและว่าง่าย เปี่ยมด้วยความเมตตาและผลอันดี ไม่มีความลำเอียง
ไม่หน้าซื่อใจคด"
(ยากอบ 3:17)

เมื่อเขาไม่เข้าใจเกี่ยวกับค่าของเงิน เด็กบางคนพอใจที่จะรับเงินเหรียญมากกว่าเงินธนบัตร สมมุติว่าเด็กคนหนึ่งมีเงินเหรียญสิบบาทอยู่เหรียญหนึ่งและคุณบอกเขาว่า “ถ้าหนูให้เงินเหรียญสิบบาทนั้นกับลุง ลุงจะให้เงินธนบัตรห้าสิบบาทกับหนู” บางทีเด็กคนนั้นอาจตอบว่า “ไม่เอา” พร้อมกับกำเงินเหรียญสิบนั้นเอาไว้อย่างเหนียวแน่นมากขึ้น เพราะเขาเคยมีประสบการณ์ว่าเขาสามารถซื้อขนมหรือหมากฝรั่งด้วยเงินเหรียญสิบบาทนั้น ดังนั้นเขาจึงรู้จักคุณค่าของเงินเหรียญค่อนข้างดี แต่เขาไม่เข้าใจคุณค่าอย่างแท้จริงของธนบัตรห้าสิบบาท บางคนเป็นเหมือนเด็กๆ เหล่านี้ในสายพระเนตรของพระเจ้า

พระเจ้าตรัสกับเขาว่า “จงรักษาพระบัญญัติเหล่านี้และจงทำดีแล้วเราจะอวยพรเจ้า” แต่เขาไม่เชื่อฟัง ในสายตาของเขาการรักษาพระบัญญัติของพระเจ้าไม่เป็นประโยชน์กับเขาอย่างแท้จริงในชั่วขณะหนึ่ง แต่ผู้คนที่ฉลาดฝ่ายวิญญาณจะเข้าใจดีว่าพระพรของพระเจ้ายิ่งใหญ่กว่ากำไรที่เขาได้มาอย่างรวดเร็วด้วยวิธีการฝ่ายโลก เพราะเหตุนี้เขาจึงรักษาพระบัญญัติและพร้อมที่จะประพฤติตามความดี เขากำจัดความบาปและความชั่วทิ้งไปและมุ่งหาสันติสุขด้วยเช่นกัน

ผู้คนเช่นนี้จะเกิดผลแห่งความดีและรู้จักใช้เหตุผล ซึ่งเป็นผลของความสุภาพอ่อนน้อมและการให้เกียรติคนอื่นด้วยการเปิดกว้างกับเหตุผล ความสุภาพอ่อนน้อมและการใช้เหตุผลนี้มีความคล้ายคลึงกันในหลายด้านและสิ่งเหล่านี้สามารถเป็นคู่กัน ทั้งสองคุณลักษณะหลั่งไหลออกมาจากผู้คนเมื่อจิตใจของเขากว้างขวางและเอื้อเฟื้อเผื่อแผ่

ผลของความดีในคำพูดและการกระทำ

การใช้เหตุผลคือการสำแดงกลิ่นหอมของจิตใจที่ดีและงดงามด้วยผลที่ดีในคำพูดและการกระทำ ถ้าจิตใจของเราเต็มล้นด้วยความดีและความจริง คำพูดที่ออกมาจากปากของเราก็จะเป็นคำพูดที่ดีและการกระทำทั้งสิ้นของเราจะสง่างาม แต่การเป็นคนดีไม่ใช่การเป็นคนนุ่

มนวลและอ่อนโยนอยู่ตลอดเวลา การเป็นคนดียังมีความเข้มแข็งและความกล้าหาญเป็นส่วนประกอบด้วยเช่นกัน เนื่องจากจิตใจแห่งความดีฝ่ายวิญญาณเต็มล้นไปด้วยความจริง จิตใจนี้จึงมีสิทธิอำนาจของความสว่างที่จะขับไล่ความมืดออกไป

ในมิติฝ่ายวิญญาณ การไม่มีความผิดบาปคือฤทธิ์อำนาจ แม้กระทั่งกับเด็ก ถ้าเขาได้เพาะบ่มการชำระให้บริสุทธิ์ของจิตใจเอาไว้ เขาก็สามารถสั่งให้ความมืดออกไปเช่นกัน ดังนั้น ถ้าเราใช้เหตุผลเราก็สามารถช่วยคนอื่นวินิจฉัยปัญหาเรื่องวิญญาณและช่วยเขาควบคุมความคิดของตน เมื่อศิษยาภิบาลและคนงานมีผลของการใช้เหตุผล เขาจะมีสิทธิอำนาจเหนือคำพูดของตนเมื่อเขาให้คำแนะนำกับผู้เชื่อ

สมมุติว่ามีบางคนที่มีคำถามเกิดขึ้นจากความคิดฝ่ายเนื้อหนังของเขาและผู้นำคนหนึ่งซึ่งไม่มีผลของการใช้เหตุผลให้คำตอบกับเขาก็จะแก้ปัญหาของเขาได้แต่สำหรับช่วงเวลานั้นเท่านั้น ผู้คนที่มีความคิดฝ่ายเนื้อหนังจะมีคำถามอื่นๆ ที่คล้ายกันในไม่ช้า แม้คำถามของเขาจะได้รับคำตอบ แต่เขาจะมีความสงสัยอย่างอื่น ดังนั้น แม้ผู้นำจะให้คำแนะนำแก่เขาหรือตอบคำถามของเขา ในไม่ช้าเขาก็จะกลับมาพร้อมกับคำถามอย่างอื่น

แต่ถ้าผู้นำเกิดผลแห่งการใช้เหตุผล เขาก็สามารถช่วยคนเหล่านั้นทำลายลูกโซ่แห่งความคิด ผู้นำสามารถเข้าใจความคิดและจิตใจของคนอื่นอย่างรวดเร็ว ดังนั้น เขาจึงสามารถชี้นำคนเหล่านั้นให้คิดในทางของความดี ผู้เชื่อจะได้รับสันติสุขและเรียนรู้ที่จะควบคุมจิตใจของตนผ่านคำแนะนำแบบนี้

การเป็นคนมีเหตุผลไม่ใช่เป็นเพียงการเป็นคนนุ่มนวลและอ่อนโยนอยู่ตลอดเวลา ถ้าทางเลือกทั้งสองอย่างอยู่ในกรอบของความจริง คนที่ใช้เหตุผลจะเลือกสิ่งที่น่าพอพระทัยมากกว่าในสายพระเนตรของพระเจ้าด้วยการหยั่งรู้โดยทางพระวิญญาณบริสุทธิ์ ลักษณะการใช้เ

หตุผลสามารถแบ่งออกได้เป็นสามประเภทด้วยกัน

ประเภทแรก การใช้เหตุผลจะทำให้คนอื่นมีสันติสุขและสามารถวินิจฉัยความจริงในทุกสถานการณ์ซึ่งส่งผลให้เขามีสันติสุข

เมื่อคนที่ใช้เหตุผลให้คำปรึกษาแก่คนอื่น เขาสามารถหยั่งรู้สาระสำคัญของปัญหาและทำให้จิตใจของคนอื่นกระปรี้กระเปร่า ถ้าคนหนึ่งมีแรงจูงใจที่เห็นแก่ตัว สายตาของเขาจะถูกสกัดไว้ด้วยผล ประโยชน์ส่วนตัวหรือความรู้สึกขุ่นเคืองใจของเขาเอง แต่ถ้าเราไม่มีแรงจูงใจที่เห็นแก่ตัว เราก็สามารถมองเห็นช่องทางของการแก้ไขปัญหา การมีแรงจูงใจที่เห็นแก่ตัวคือการรับใช้ตนเอง แรงจูงใจที่เห็นแก่ตัวจะแสวงหาสิ่งที่เป็น "กรรมสิทธิ์ของฉัน" "ครอบครัวของฉัน" "อำนาจและชื่อเสียงของฉัน" "ศักดิ์ศรีของฉัน" และ "ความสะดวกสบายของฉัน"

ในลูกาบทที่ 12 มีคนหนึ่งทูลขอให้พระเยซูช่วยแบ่งมรดกที่เขาได้รับจากพ่อแม่ของเขาให้ตัวเขาและพี่ชายของเขาอย่างเท่าเทียมกัน ในสถานการณ์นี้พระเยซูไม่ได้สอนสิ่งใดแก่เขาเกี่ยวกับการแบ่งมรดกและไม่บอกว่าพี่น้องแต่ละคนควรได้รับส่วนแบ่งมากเท่าใด

แต่พระองค์พยายามที่จะสอนสิ่งที่สำคัญยิ่งกว่าด้วยการตรัสไว้ใน ลูกา 12:15 ว่า "จงระวังและเว้นเสียจากความโลภ เพราะว่าชีวิตของบุคคลใดๆ มิได้อยู่ในของบริบูรณ์ซึ่งเขามีอยู่นั้น" เว้นแต่เขาจะกำจัดความโลภของตนทิ้งไป ชายคนนั้นจะมีความขัดแย้งกับพี่ชายของเขาอยู่อย่างต่อเนื่อง ดังนั้น พระเยซูจึงทรงให้คำตอบที่แท้จริงกับปัญหาของเขา พระองค์ทรงให้คำตอบฝ่ายวิญญาณด้วยการสอนเขาถึงช่องทางแห่งพระพรที่แท้จริง

ถ้าคุณมองเข้าไปในจิตใจของคุณโดยใช้เหตุผล คุณจะสามารถมองเห็นมูลฐานของปัญหา หากคุณเพาะบ่มการใช้เหตุผล คุณจะสามา

รถแก้ไขไม่เพียงแต่ปัญหาของคุณเองเท่านั้น แต่แก้ไขปัญหาของคนอื่นด้วยเช่นกัน

ผมขอยกตัวอย่างของดาเนียล กษัตริย์เบลซัสซาร์ซึ่งเป็นกษัตริย์องค์สุดท้ายของบาบิโลนได้จัดงานเลี้ยงใหญ่ให้พวกเจ้านายของท่านหนึ่งพันคน กษัตริย์ดื่มเหล้าองุ่นในภาชนะทองคำและภาชนะเงินที่กวาดมาจากพระวิหารที่อยู่ในกรุงเยรูซาเล็ม ผู้คนดื่มจากภาชนะเหล่านั้นและสรรเสริญพระที่ทำด้วยทองคำ เงิน ทองเหลือง เหล็ก ไม้และหิน

ทันใดนั้นก็มีนิ้วมือมนุษย์ปรากฏขึ้นและเริ่มเขียนข้อความลงที่ผนัง พระพักตร์ของกษัตริย์ก็ซีดไปและความคิดของพระองค์ทำให้พระองค์ตกใจ ขาของพระองค์อ่อนเปลี้ย และเข่าของพระองค์สั่น กษัตริย์จึงตรัสสั่งเสียงดังให้นำหมอดูคนเคลเดียและหมอดูฤกษ์ยามมาเข้าเฝ้า และสั่งพวกนักปราชญ์แห่งบาบิโลนให้อ่านข้อเขียนนั้น แต่ไม่มีใครสามารถอ่านข้อเขียนนั้นได้ พระราชินีทรงทราบถึงเรื่องนี้และทรงแนะนำดาเนียลให้กับกษัตริย์เพราะท่านเคยแก้ความฝันและแปลความหมายของความฝันเหล่านั้นให้กษัตริย์เนบูคัดเนสซาร์มาก่อน

ดาเนียลเตือนให้เบลซัสซาร์ระลึกว่าเมื่อครั้งที่จิตใจของกษัตริย์เนบูคัดเนสซาร์ผยองขึ้นและประพฤติตนอย่างเหิมเกริมนั้นพระองค์ทรงถูกพระเจ้าถอดจากราชบัลลังก์ของพระองค์ แต่เบลซัสซาร์ก็ไม่ได้ถ่อมใจลงแม้พระองค์ทรงทราบถึงสิ่งเหล่านี้แล้วก็ตาม กษัตริย์เบลซัสซาร์เหิมเกริมมากที่ดื่มจากภาชนะซึ่งนำมาจากพระวิหารในกรุงเยรูซาเล็มและยกย่องสรรเสริญรูปเคารพของตน ดาเนียลทูลให้กษัตริย์เข้าใจว่านี่คือต้นเหตุของปัญหา

จากนั้นดาเนียลอ่านข้อเขียนที่จารึกไว้ว่า “เมเน เมเน เทเคล และฟารสิน” และอธิบายให้ทราบถึงความหมายว่าราชอาณาจักรของเบลซัสซาร์ได้ถูกแบ่งแยกออกให้กับคนมีเดียและคนเปอร์เซีย เบลซัสซา

ร์พอใจกับการแปลความของดาเนียล กษัตริย์ตรัสสั่งให้นำเสื้อสีม่วงม
าสวมให้กับดาเนียลและสวมสร้อยคอทองคำให้ท่านพร้อมกับประกา
ศให้ดาเนียลเป็นอุปราชตรีในราชอาณาจักร

คุณจะทำสิ่งใดถ้าคุณอยู่ในสถานการณ์ของเบลซัสซาร์? ถ้ากษัตริ
ย์เชื่อถ้อยคำของดาเนียลอย่างแท้จริงเบลซัสซาร์คงไม่สนใจกับการม
อบรางวัลให้กับดาเนียล แต่พระองค์ต้องแก้ปัญหาเพื่อหลีกเลี่ยงการ
ลงโทษของพระเจ้าที่กำลังจะมาถึง ราชอาณาจักรของพระองค์ถูกตัด
สินให้ล่มสลายเพราะความหยิ่งผยองของพระองค์ ดังนั้น พระองค์จึง
ต้องแก้ไขข้อผิดพลาดของตน แต่ก็ไม่ทรงทำเช่นนั้น

เบลซัสซาร์ถือเสมือนหนึ่งว่าคำพูดของดาเนียลมีไว้ให้ใครบางคน
กษัตริย์ยังคงสนุกสนานอยู่กับงานเลี้ยงอย่างต่อเนื่อง ในคืนเดียวกันนั้
นอาณาจักรของท่านก็ล่มสลายและเบลซัสซาร์ถูกฆ่า พระเจ้าทรงเตือ
นท่านไว้ล่วงหน้าด้วยการอัศจรรย์และเบลซัสซาร์มีคำตอบผ่านทางส
ติปัญญาของดาเนียล แต่สิ่งนั้นไม่ได้เป็นประโยชน์อะไรกับพระองค์
แม้พระองค์ได้ยินถึงสติปัญญาแต่ไม่ได้ประยุกต์ใช้สิ่งที่ได้ยินและไม่
ได้รับประโยชน์อะไรจากสติปัญญานั้นเลย

เรามีกรณีคล้ายคลึงกันในโลกทุกวันนี้เช่นกัน ผู้คนชอบฟังสติปัญ
ญาและปรึกษาหารือกับผู้คนฝ่ายวิญญาณ
แต่เขาไม่ได้ประยุกต์ใช้กับตนเอง เราไม่สามารถมีสติปัญญาด้วยกา
รสะสมความรู้เอาไว้ เราสามารถมีสติปัญญาได้ก็ต่อเมื่อเรายอมรับเ
อาพระคำของพระเจ้าไว้ในจิตใจของเราและเปลี่ยนแปลงตนเองด้วย
การประพฤติตามพระคำนั้น อันดับแรกเราต้องเปลี่ยนแปลงตนเอง
ด้วยสติปัญญาที่ดีงามก่อนที่เราจะสามารถเปลี่ยนแปลงผู้คนที่อยู่รอบ
ข้างเรา ด้วยวิธีนี้ คนในครอบครัวของเราและผู้คนที่อยู่รอบข้างเราจ
ะเข้ามาอยู่ภายใต้พระคุณของพระเจ้าด้วยเช่นกัน

ลักษณะประเภทที่สองของการใช้เหตุผลคือการมีความพอใจในตนเองและความสงบนิ่งด้วยความเข้าใจพระประสงค์ของพระเจ้าแม้ในสถานการณ์ที่ยากลำบาก

ฟีลิปปี 4:11-13 กล่าวว่า "ข้าพเจ้าไม่ได้กล่าวถึงเรื่องความขัดสน เพราะข้าพเจ้าจะมีฐานะอย่างไรก็ตาม ข้าพเจ้าก็เรียนรู้แล้วที่จะพอใจอยู่อย่างนั้น ข้าพเจ้ารู้จักที่จะเผชิญกับความตกต่ำ และรู้จักที่จะเผชิญกับความอุดมสมบูรณ์ ไม่ว่าที่ไหนหรือในกรณีใดๆ ข้าพเจ้าได้รับการสั่งสอนให้เผชิญกับความอิ่มท้องและความอดอยาก ทั้งความสมบูรณ์พูนสุขและความขัดสน ข้าพเจ้ากระทำทุกสิ่งได้โดยพระคริสต์ผู้ทรงเสริมกำลังข้าพเจ้า"

เหมือนที่กล่าวไปแล้วว่าถ้าเรารู้จักใช้เหตุผลเราจะไม่มีความรู้สึกกระสับกระส่ายในจิตใจของเราไม่ว่าด้วยเหตุใดก็ตาม ไม่เฉพาะในช่วงเวลาที่สงบสุขเท่านั้นแต่ในช่วงเวลาที่ยุ่งยากด้วยเช่นกัน เราจะไม่ท้อใจหรือบ่นออกมาว่า "สิ่งนี้ยุ่งยากมากและสิ่งนั้นลำบากเหลือเกิน" เราจะสามารถทำทุกสิ่งได้ด้วยการขอบพระคุณและความชื่นบาน สาเหตุก็เพราะว่าพระคุณของพระเจ้าที่เรามีอยู่ในเรานั้นยิ่งใหญ่กว่าความยากลำบากที่เรากำลังเผชิญในชั่วขณะหนึ่ง

บางคนแสดงถึงความไม่พอใจของตนออกมาอย่างชัดเจนเมื่อสิ่งต่างๆ ไม่ได้เป็นไปตามที่เขาต้องการหรือเมื่ออยู่ในสถานการณ์ที่ยากลำบาก เขารู้สึกหวั่นใจ ใบหน้าของเขาเปลี่ยนสี และเขาทำให้คนอื่นรู้สึกหวั่นใจเช่นกัน เขาบ่นและแสดงความไม่พอใจออกมาและเขาอาจโยนความผิดให้คนอื่นเมื่อมีความผิดพลาดเกิดขึ้น แต่เราไม่สามารถแก้ปัญหาใดได้ด้วยวิธีนี้ การกระทำเช่นนี้จะขัดขวางเราไม่ให้มีประสบ การณ์กับการทำงานของพระเจ้า และเราจะไม่ได้ใจของคนอื่นด้วยเช่นกัน

อย่างไรก็ตาม ผู้คนที่เพาะบ่มการใช้เหตุผลเอาไว้จะไม่สูญเสียคว

ามรู้สึกสบายใจของตนไปแม้ในสถานการณ์ที่ยุ่งยาก เขาจะไม่แปลกใจหรือเศร้าใจ เขาจะวินิจฉัยน้ำพระทัยของพระเจ้าอยู่อย่างเงียบๆ เพราะพระคุณของพระเจ้าทีเขาได้รับนันมีอยู่อย่างบริบูรณ์ภายในเขาและเพราะเขามันใจในความรักของพระเจ้า ดังนัน เขาจึงสามารถอยู่อย่างสงบ และเขาจะเลือกวิธีการแสดงออกทีดีทีสุดทีเขาสามารถเลือกได้ในสถานการณ์นันๆ

เขาแสวงหาวิธีการทีดีทีสุดและเสาะหาพระคุณของพระเจ้า และเพราะเขาไว้วางใจในพระเจ้าในทุกสถานการณ์ เขาจึงไม่มีความกระสับกระส่ายอยู่ในจิตใจของเขา เมือความไว้วางใจทีเขามีในพระเจ้าเป็นความจริง พระเจ้าจะทรงตอบเขาและพระองค์จะทรงได้รับสง่าราศี

ในขณะทีกำลังจัดการประกาศใหญ่ในต่างประเทศผมได้เผชิญกับเหตุการณ์ต่างๆ ทีไม่คาดคิดด้วยเช่นกัน แต่เมือผมไว้วางใจในพระเจ้าโดยไม่หวันไหว พระเจ้าก็ทรงเปิดหนทางให้กับเรา เหตุการณ์เช่นนันเกิดขึนในการจัดประกาศใหญ่ทีอินเดียในปี 2002

ในวันทีสามของการประกาศใหญ่มีบางสิงบางอย่างทีไม่คาดคิดมาก่อนเกิดขึน ในขณะทีผมกำลังเทศนาอยู่นันมีลมพัดมาอย่างแรงและฝนตกหนักมาก ผมอธิษฐานในจิตใจของผมขณะทีกำลังเทศนา แต่ฝนกลับตกหนักขึน พระเจ้าทรงให้สภาพอากาศทีดีแก่เราในการจัดกิจกรรมของคริสตจักรมาโดยตลอดและแม้แต่ฝนทีตกหนักก็หยุดโดยการอธิษฐาน ดังนัน ผมจึงเปียกโชกไปด้วยน้ำฝนเป็นครังแรกในการทำพันธกิจของผม

ปัญหาหลายอย่างสามารถเกิดขึนตามมาเช่นกันอันเนืองมาจากฝน มีเครืองกำเนิดไฟฟ้าอยู่หลายตัวรวมทังอุปกรณ์การแพร่ภาพและเครืองมืออิเล็กทรอนิกส์อีกหลายชิ้น ถ้าสายไฟหรือปลั๊กไฟตัวใดเปียก นันอาจสร้างความเสียหายให้ได้ และเนืองจากมีฝูงชนขนาดใหญ่เข้าร่วมในการประกาศ

อุบัติเหตุอาจเกิด ขึ้นได้ถ้าคนเหล่านั้นเริ่มขยับตัวไปหาที่หลบฝน แต่ผมจัดการประกาศต่อไปแม้ในท่ามกลางสายฝนที่ตกลงมาอย่างห นักโดยพยายามที่จะเข้าใจพระทัยของพระเจ้า ผมไม่ได้ยินกรานว่า พระเจ้าต้องทำในสิ่งที่ผมต้องการ ผมรอคอยด้วยความคาดหวังว่าพร ะเจ้าจะทรงได้รับสง่าราศีในเหตุการณ์ครั้งนี้อย่างไร

แม้เราไม่ทราบในช่วงเวลานั้น แต่สิ่งนั้นก็เป็นพระพรของพระเจ้ า เพียงแต่ว่ามนุษย์ไม่สามารถคิดด้วยวิธีนั้น โดยทั่วไปอาจเป็นสิ่งที ดีกว่าที่ฝนจะไม่ตกในช่วงการจัดประกาศใหญ่เพราะปกติการประกา ศเป็นกิจกรรมที่จัดขึ้นในที่โล่งแจ้ง แต่ในอินเดียกลับแตกต่างกัน การมีฝนตกลงมาอย่างหนักในขณะที่ผู้คนที่นั่นกำลังทนทุกข์กับควา มแห้งแล้งที่ยาวนานมาถึง 10 เดือนถือเป็นพระคุณของพระเจ้าที่สำ แดงต่อผู้คนซึ่งอาศัยอยู่ในพื้นที่เหล่านั้น

นอกจากนั้น เมื่อเขาเห็นผมเทศนาและอธิษฐานเผื่อเขาอย่างร้อน รนแม้กระทั่งในท่ามกลางสายฝนที่ตกลงมาอย่างหนักเช่นนั้น ผู้คนจ ำนวนมากจึงได้รับการสัมผัสในจิตใจของตน เหตุการณ์นี้ทำให้มีผู้ค นจำนวนมหาศาลเข้าร่วมในการประกาศในวันต่อมา และสถานที่จัด การประกาศดาษดื่นไปด้วยฝูงชนขนาดใหญ่ เหตุการณ์ครั้งนั้นถือเป็ นการประกาศครั้งยิ่งใหญ่ที่สุดของคริสเตียนในประวัติศาสตร์ของอิ นเดีย

โรม 8:28 กล่าวว่า “เรารู้ว่า พระเจ้าทรงร่วมมือกับคนทั้งหลายที่รั กพระองค์ให้เกิดผลอันดีในทุกสิ่ง คือคนทั้งปวงที่พระองค์ได้ทรงเรีย กตามพระประสงค์ของพระองค์” ความเชื่อไม่ใช่การต้องการที่จะให้ พระเจ้าทำในสิ่งที่เราอยากให้พระองค์ทำ ถ้าเราเชื่ออย่างแท้จริงเราต้ องรู้จักน้ำพระทัยของพระเจ้าด้วยการพึ่งพิงพระองค์ตลอดเวลาและเ ราต้องค้นหาแนวทางของเราและกระทำการด้วยความเชื่อภายในน้ำ พระทัยของพระองค์

ถ้าเรามีความพอใจในตนเองในสถานการณ์ของเราด้วยการใช้เห

ตุผลและประพฤติตามความดี พระวิญญาณบริสุทธิ์จะทรงส่องทางให้เราเห็นอยู่เสมอ ด้วยวิธีนี้เราก็สามารถวินิจฉัยได้ว่าการก้าวต่อไปตอนนี้เป็นน้ำพระทัยของพระเจ้าหรือไม่ หรือว่าเราต้องหยุดไว้ก่อนชั่วขณะหนึ่งแล้วค่อยก้าวต่อไปอีก นี่คือสติปัญญาที่จะมีประสบการณ์กับการทำงานของพระเจ้าผู้ทรงดำเนินอยู่กับเราในหุบเขาแห่งความตาย

ประเภทที่สาม ถ้าเราใช้เหตุผลอย่างลึกซึ้งเราไม่เพียงแต่จะเชื่อฟังพระคำของพระเจ้าเท่านั้น แต่เราจะทำมากกว่าที่เราพึงกระทำด้วยเช่นกัน

ยกตัวอย่าง สมมุติว่าพ่อแม่ขอให้ลูกทำบางอย่างเมื่อตัวเองออกไปข้างนอก "ลูกช่วยดูแลน้องและทำการบ้านของลูกด้วยนะ" ลูกชายคนนี้สามารถเล่นได้เมื่อเขาทำการบ้านของตัวเองเสร็จ แต่เมื่อพ่อแม่กลับมาถึงบ้าน เขาไม่เพียงแค่ทำการบ้านของตนเสร็จเท่านั้น แต่เขายังอาบน้ำให้น้อง ล้างจาน และทำความสะอาดบ้านบางส่วนด้วย แม้สิ่งที่เขาทำจะไม่สมบูรณ์แบบก็ตาม เขาพยายามที่จะเข้าใจถึงจิตใจของพ่อแม่และทำมากกว่าสิ่งที่เขาพึงกระทำ ถ้าพ่อแม่มีลูกแบบนี้เขาก็มีลูกที่น่ารักและเขาคงภาคภูมิใจในตัวลูกมากทีเดียว แม้จะเป็นเด็กคนหนึ่ง แต่เขาก็ไว้ใจได้

ในทำนองเดียวกัน ผู้คนที่ใช้เหตุผลจะเชื่อฟังพระคำของพระเจ้าอย่างตรงไปตรงมาเพราะเขารักพระเจ้า นอกจากนี้ ด้วยการให้ความกระจ่างของพระวิญญาณบริสุทธิ์ เขาจะสามารถวินิจฉัยสิ่งที่ดีกว่าในทุกสิ่งเพื่อเขาจะสามารถทำความดีในระดับที่สูงขึ้น เมื่อพระเจ้าทรงสั่งให้เขาทำสิ่งหนึ่ง เขาจะทำสองหรือสามสิ่งหรือทำมากกว่านั้นด้วยความเข้าใจถึงพระทัยของพระเจ้า เมื่อพระเจ้าพระบิดาทรงทอดพระเนตรบุตรเช่นนี้พระองค์จะทรงพอพระทัยพร้อมกับตรัสว่า "เขาเป็นที่ชอบพระทัยในสายพระเนตรของเรา"

ในชีวิตคริสเตียนของคุณ บางครั้งคุณต้องเลือกระหว่างสองสิ่ง ถ้าสิ่งหนึ่งเป็นความจริงและอีกสิ่งหนึ่งเป็นความเท็จ คุณต้องเลือกความจริงอย่างแน่นอน ถ้าทั้งสองสิ่งถูกต้องตามความจริง ผู้คนส่วนใหญ่คงต้องการเลือกสิ่งที่เขาต้องการมากกว่า แต่ถ้าเราใช้เหตุผลอย่างสมบูรณ์เราก็จะไม่เลือกสิ่งที่เราต้องการแต่เราจะต้องการทางเลือกที่ถวายสง่าราศีแด่พระเจ้ามากขึ้น เราจะคิดว่าแนวทางใดจะทำให้พระเจ้าพอพระทัยมากกว่ากัน

นี่คือกรณีที่เกิดขึ้นกับดาเนียล อาณาจักรยูดาห์ทางภาคใต้ถูกรุกรานจากบาบิโลน ดาเนียลและสหายของท่านถูกกวาดต้อนไปเป็นเชลย กษัตริย์บาบิโลนเลือกคนอิสราเอลบางคนซึ่งรวมถึงเชื้อพระวงศ์และเชื้อสายขุนนาง เป็นคนหนุ่มที่ปราศจากตำหนิ รูปร่างหน้าตาดีเชี่ยวชาญในสรรพปัญญา มีความรู้ ความเข้าใจ และมีความสามารถที่จะรับใช้ในวังกษัตริย์ กษัติรย์ทรงสั่งให้สอนวรรณคดีและภาษาของคนเคลเดียแก่คนเหล่านั้น

ดาเนียลกับสหายทั้งสามคนของท่านได้รับเลือก แต่คนเหล่านั้นตัดสินใจแม้กระทั่งในสถานการณ์เช่นนั้นว่าจะรักษาความคิดและจิตใจของตนให้สะอาด เขาต่างตั้งใจว่าจะไม่กระทำตัวให้เป็นมลทินด้วยอาหารสูงและเหล้าองุ่นที่เขาจัดหาให้ สาเหตุเพราะอาหารสูงเหล่านั้นมีส่วนประกอบของอาหารที่น่ารังเกียจซึ่งพระบัญญัติของพระเจ้าห้ามเอาไว้

ดาเนียลกับสหายทั้งสามของท่านจึงขออนุญาตหัวหน้าขันที ให้หัวหน้าขันทีนำเฉพาะผักและน้ำมาให้เป็นอาหาร แต่หัวหน้าขันทีเป็นห่วงว่าถ้ารูปร่างหน้าตาของคนเหล่านั้นซูบซีดกว่าบรรดาคนหนุ่มอายุรุ่นราวคราวเดียวกัน ตัวขันทีอาจถูกกษัตริย์ลงโทษ ดังนั้นดาเนียลกับสหายของท่านจึงเสนอให้ทดลองดูสักสิบวัน หลังจากสิบวันของการกินผักและดื่มน้ำเพียงอย่างเดียวผ่านไป สิ่งที่น่าประหลาดก็เกิดขึ้น หน้าตาของดาเนียลกับสหายของท่านดีกว่าและเนื้อหนังดูเปล่งปลั่งก

ว่าคนหนุ่มคนอื่นๆ แม้คนเหล่านั้นกินเพียงผักเป็นอาหารในขณะที่คนหนุ่มอื่นๆ รับประทานอาหารสูงของกษัตริย์

ถ้าคุณอยู่ในกรณีเหมือนกับดาเนียลคุณจะทำสิ่งใด? ในฐานะที่เป็นเพียงเชลยคนหนึ่งคุณต้องกินสิ่งที่เขาจัดหาให้คุณ คุณไม่ได้อยู่ในฐานะที่จะเลือกหรือเรียกร้องได้ อาหารนั้นอาจมีส่วนประกอบของอาหารที่น่ารังเกียจ แต่ไม่ใช่ทุกส่วนเป็นอาหารที่น่ารังเกียจ ถ้าคุณพูดว่าคุณต้องการอาหารอีกแบบหนึ่ง หัวหน้าขันทีอาจไม่ชอบคุณ และสิ่งนั้นอาจเป็นเหตุให้กษัตริย์พิโรธได้เช่นกัน คุณอาจต้องกินสิ่งที่เขาจัดหาให้เหมือนกับเชลยคนอื่นๆ โดยคิดว่า "นี่เป็นสถานการณ์ที่อยู่เหนือการควบคุมของผม" แต่ดาเนียลกับสหายของท่านอาสาที่จะกินเฉพาะผัก ซึ่งไม่ใช่การกินอาหารที่มีคุณภาพดี คนเหล่านั้นตั้งใจที่จะรักษาพระบัญญัติของพระเจ้าเกี่ยวกับอาหารที่เขากินและเราสามารถจินตนาการได้ว่าคนเหล่านั้นรักษาพระบัญญัติของพระเจ้าอย่างไรในชีวิตด้านอื่นของตน

พระเจ้าทรงพอพระทัยกับจิตใจของคนเหล่านั้นที่เขาพยายามเลือกสิ่งที่ถูกต้องมากกว่าในสายพระเนตรของพระเจ้า ดาเนียล 1:17 กล่าวว่า "ฝ่ายอนุชนทั้งสี่คนนี้ พระเจ้าทรงประทานสรรพวิทยา และความชำนาญในเรื่องวิชาทั้งปวงและปัญญา และดาเนียลเข้าใจในนิมิตและความฝันทุกประการ" ดาเนียลกับสหายของท่านได้รับพระพรอย่างยิ่งใหญ่เพราะความเข้าใจและสติปัญญาของตน คนเหล่านั้นก้าวขึ้นสู่ตำแหน่งที่สูงส่งโดยได้รับการยอมรับจากกษัตริย์

เราควรมีความมั่นใจฝ่ายวิญญาณ

ไม่ใช่สิ่งที่ง่ายนักที่จะเลือกสิ่งที่ถูกต้องมากกว่าในสายพระเนตรของพระเจ้าในทุกๆ เรื่อง แม้เราเลือกสิ่งที่ "ดี" กว่า แต่เราอาจพบกับความยุ่งยากบางอย่างแทนที่จะพบกับพระพรในเวลานั้น แม้แต่ในเวลาเช่นนั้นเราต้องมีพลังใจที่จะยอมรับสิ่งเหล่านั้นโดยไม่บ่นหรือมีคว

ามรู้สึกขุ่นเคืองใจ

เราสามารถทำสิ่งนี้ได้ก็ต่อเมื่อเรามีความมั่นใจฝ่ายวิญญาณเท่านั้น เราต้องมีความไว้วางใจอย่างหนักแน่นในพระเจ้าโดยเชื่อว่าพระเจ้าทรงอยู่ข้างเราและพระองค์ทรงเป็นเจ้าชีวิตของเรา เราต้องระลึกว่าดาเนียลกับสหายของท่านมีท่าทีแบบใดจนคนเหล่านั้นสามารถขอความช่วยเหลือเช่นนั้นจากหัวหน้าขันที

หัวหน้าขันทีไม่จำเป็นต้องฟังคำขอร้องของเขาเลยก็ได้ ด้วยการทำเช่นนั้นเขาอาจตกอยู่ในสถานการณ์ที่ยากลำบาก เขาสามารถเมินเฉยต่อคนเหล่านั้น แต่หัวหน้าขันทีให้ความช่วยเหลือเป็นพิเศษแก่เขา แน่นอนสิ่งนี้เป็นพระคุณของพระเจ้า แต่ในเวลาเดียวกันเราต้องเข้าใจว่าดาเนียลกับสหายของท่านเป็นคนดี สัตย์ซื่อ และน่ารักมากในสายตาของหัวหน้าขันทีและของผู้คนทั่วไป นี่หมายความว่าเขาได้สะสมขนาดของการทำความดีตามความยุติธรรมเอาไว้มากพอ เพื่อว่าเมื่อถึงช่วงเวลาสำคัญพระเจ้าทรงสามารถเปลี่ยนจิตใจของหัวหน้าขันทีคนนั้น

เมื่อคุณสำแดงความเชื่อของตน บางครั้งคุณต้องได้รับความเข้าใจจากคนอื่น ยกตัวอย่าง คุณต้องการเข้าร่วมในกิจกรรมของคริสตจักร แต่คุณไม่สามารถหาเวลาว่างจากงานของคุณหรือคุณอาจมีกิจกรรมของครอบครัวที่ต้องเข้าร่วม ในโอกาสเหล่านี้ เพื่อให้ได้รับอนุญาตจากผู้บังคับบัญชาหรือได้รับความเห็นใจจากครอบครัวของคุณ คุณต้องสะสมความดีเอาไว้ในการทำหน้าที่ประจำวันของคุณ

คุณต้องทำงานอย่างสัตย์ซื่ออยู่เสมอและได้รับการยอมรับจากคนอื่น คุณต้องทำงานอย่างถูกต้องก่อนที่คุณจะขอลาหยุดงานเพื่อเข้าร่วมกิจกรรมของคริสตจักรเพื่อคุณจะไม่ก่อให้เกิดความยุ่งยากกับเพื่อนร่วมงานของคุณ สำหรับคนในครอบครัวของคุณก็เช่นเดียวกัน คุณควรเร้าใจคนเหล่านั้นด้วยการทำให้เขารู้สึกว่าแม้ตัวของคุณไม่ได้อยู่กับเขาแต่ใจของคุณอยู่กับเขาเสมอ คุณจะไม่ทำให้พระนามของ

พระเจ้ามัวหมองเมื่อคุณสะสมการทำความดีเอาไว้ตลอดเวลา ถ้าคุณแค่ทำงานแบบธรรมดาตามที่คุณต้องการและขออนุญาตจากคนเหล่านั้นเมื่อมีความจำเป็น สิ่งนี้คือความต้องการที่เห็นแก่ตัวของคุณ

อย่าเป็นเหตุให้ผู้ใดสะดุด

เราสามารถเข้าใจขนาดของการใช้เหตุผลที่เปาโลได้เพาะบ่มเอาไว้เมื่อเราพิจารณาดูการกระทำและคำพูดของท่าน ท่านรักษาธรรมบัญญัติของโมเสสอย่างถ่องแท้แม้กระทั่งก่อนที่ท่านต้องรับเอาองค์พระผู้เป็นเจ้า หลังจากท่านพบกับองค์พระผู้เป็นเจ้า เปาโลยอมอุทิศทุกสิ่งที่ท่านมีเพื่อเห็นแก่พระกิตติคุณและท่านไม่ได้ชื่นชมกับสิ่งที่ท่านน่าจะได้ชื่นชม

ยกตัวอย่าง ท่านกล่าวไว้ใน 1 โครินธ์ 8:13 ว่า "เหตุฉะนั้น ถ้าอาหารเป็นเหตุที่ทำให้พี่น้องของข้าพเจ้าหลงผิดไป ข้าพเจ้าจะไม่กินเนื้อสัตว์อีกต่อไป เพราะเกรงว่าข้าพเจ้าจะทำให้พี่น้องต้องหลงผิดไป" นี่คือคำตอบต่อคำถามที่ว่า "เราสามารถกินอาหารที่ถวายให้กับรูปเคารพได้หรือไม่?"

เมืองโครินธ์ในสมัยที่เปาโลกำลังรับใช้อยู่นั้นเต็มไปด้วยการไหว้รูปเคารพ ปกติผู้คนจะขายเนื้อที่ถวายให้กับรูปเคารพแล้ว บางคนซื้อเนื้อประเภทนี้มารับประทานโดยไม่รู้ว่าเป็นเนื้อที่ถวายให้กับรูปเคารพ ผู้เชื่อบางคนสงสัยว่าสิ่งนี้จะเป็นปัญหาต่อพระพักตร์พระเจ้าหรือไม่

แน่นอน ถ้าคุณรู้ว่าอาหารบางอย่างได้ถวายให้กับรูปเคารพแล้ว การไม่รับประทานอาหารนั้นเป็นสิ่งที่ดีกว่า แต่คุณไม่สามารถสืบค้นหาที่มาที่ไปของเนื้อด้วยวิธีนี้ได้ตลอดเวลา ดังนั้น ถ้าคุณรับประทานบางอย่างที่ถวายให้รูปเคารพไม่ถือว่าเป็นบาปถ้าท่านต้องรับประทานอาหารนั้น นั่นเป็นเพียงอาหาร การรับประทานสิ่งนั้นไม่ได้หมายความว่าคุณกำลังเข้าร่วมในการไหว้รูปเคารพด้วย

แต่สำหรับผู้คนที่มีความเชื่ออ่อนแอ เขาอาจรู้สึกไม่สบายใจในการรับประทานอาหารบางอย่างที่ถวายให้รูปเคารพ นอกจากนั้น เมื่อเขาเห็นคนหนึ่งที่มีความเชื่อรับประทานอาหารประเภทนั้น เขาอาจคิดว่าคนนั้นกำลังมีส่วนร่วมในการไหว้รูปเคารพ คนเหล่านั้นอาจพิพากษาและประณามเขาโดยพูดว่า "เขาควรเป็นผู้เชื่อที่ดี และทำไมเขาจึงกินอาหารพวกนั้น"

หรือเขาอาจรับประทานอาหารเหล่านั้นโดยคิดว่าไม่เป็นไรเพราะคนที่มีความเชื่อก็กินอาหารพวกนั้นด้วยเช่นกัน ถ้าเขากินโดยคิดว่าสิ่งนั้นเป็นเพียงอาหารก็ไม่เป็นไร แต่สิ่งนี้จะเป็นปัญหาถ้าจิตสำนึกของเขาฟ้องร้องในขณะที่กำลังกินอาหารนั้นโดยคิดว่าอาหารนั้นถวายให้รูปเคารพแล้ว โรม 14:23 กล่าวว่า "แต่ผู้ที่ยังสงสัยอยู่นั้น ถ้าเขากินก็จะถูกลงพระอาชญา เพราะเขามิได้กินด้วยความเชื่อ ทั้งนี้เพราะการกระทำใดๆ ก็ตามที่มิได้กระทำด้วยความเชื่อก็เป็นบาปทั้งสิ้น" ถ้าคุณรู้สึกว่าคุณไม่ควรทำบางสิ่งบางอย่างแต่คุณก็ยังทำอยู่ สิ่งนี้จะเป็นเหตุให้ซาตานกล่าวโทษคุณ

นอกจากนั้น ถ้าคุณทำสิ่งที่จิตสำนึกของคุณไม่อนุญาตให้คุณทำอย่างต่อเนื่อง สิ่งนี้จะทำให้จิตสำนึกของคุณเริ่มด้านชาขึ้นเรื่อยๆ และอาจนำคุณไปถึงจุดที่คุณไม่รู้สึกอะไรแม้ว่าคุณกำลังทำบาปที่ร้ายแรงอยู่ก็ตาม ในกรณีของเปาโล ท่านสามารถกินอาหารที่ถวายให้รูปเคารพด้วยความเชื่อ แต่ท่านเลือกที่จะไม่กินอาหารเหล่านั้นเพราะกลัวว่าบางคนอาจสะดุดเพราะเห็นท่านกินอาหารนั้น ท่านเลือกที่จะไม่กินเนื้อไปตลอดชีวิตแทนการทำให้วิญญาณอีกดวงหนึ่งสะดุดเพราะท่าน

อย่าใช้สิทธิและอำนาจตามอำเภอใจ

อัครทูตเปาโลยอมสละสิทธิ์ที่ท่านมีเพื่อเห็นแก่ข่าวประเสริฐ ท่านสละสิทธิ์ที่จะกินและดื่ม หรือที่จะแต่งงานเหมือนคนอื่นๆ เพื่อจะ

ทุ่มเทให้กับการเผยแพร่พระกิตติคุณ ท่านกล่าวเช่นกันว่าท่านสละสิทธิ์ที่จะรับสิ่งใดๆ จากผู้เชื่อ

โดยหลักการผู้รับใช้จะรับปัจจัยของการดำรงชีพจากผู้เชื่อเพื่อเขาจะสามารถทุ่มเทให้กับพระคำของพระเจ้าและการอธิษฐาน แต่เปาโลจัดเตรียมสำหรับตนเอง แน่นอน สิ่งนี้ไม่ได้หมายความว่าท่านละเลยต่อพันธกิจเพราะเหตุนั้น ท่านทำสองสิ่งในเวลาเดียวกัน เหตุผลที่ท่านทำสิ่งเหล่านั้นมีอยู่หลายข้อ แต่เหตุผลสำคัญที่สุดก็เพราะท่านไม่อยากเป็นภาระให้แก่ผู้เชื่อคนหนึ่งคนใด ท่านรักคนเหล่านั้นมาก

พระเจ้าทรงพอพระทัยที่เปาโลกระทำเช่นนี้และทรงประทานฤทธิ์อำนาจแก่ท่านยิ่งใหญ่กว่าที่อัครทูตคนอื่นได้รับ พระเจ้าทรงมอบการดลใจและสติปัญญาอย่างชัดเจนแก่ท่านเช่นกัน ดังนั้น ท่านจึงสามารถตอบคำถามของผู้เชื่อเกี่ยวกับการแต่งงาน การหย่าร้าง ปัญหาในครอบครัวและที่ทำงาน ของประทานแห่งพระวิญญาณบริสุทธิ์ และพิธีศีลมหาสนิท

ถ้าเราเพาะบ่มการใช้เหตุผลเอาไว้เหมือนเปาโลเราก็สามารถเข้าใจน้ำพระทัยของพระเจ้าอย่างชัดเจนในสถานการณ์ที่ซับซ้อนทุกรูปแบบ เปาโลช่วยดวงวิญญาณจำนวนมากให้รอดและนำคนเหล่านั้นไปตามเส้นทางที่พระเจ้าทรงต้องการให้เขาเดิน ผ่านทางการทำงานที่เต็มไปด้วยฤทธิ์อำนาจของพระเจ้าเช่นกัน

บางครั้งคุณต้องสละสิ่งที่คุณสามารถชื่นชมเพื่อเห็นแก่ข่าวประเสริฐด้วยเหมือนกัน ปกติคุณพยายามที่จะประพฤติตามความจริงในทุกวิถีทางอยู่แล้ว แต่ถ้าผู้คนรอบข้างคุณรู้ว่าคุณเป็นผู้เชื่อ คุณจะพยายามมากขึ้นเพื่อให้ความสนใจกับคำพูดแต่ละคำที่คุณพูดออกไปและทุกสิ่งที่คุณกระทำ คุณระมัดระวังมากขึ้นเพื่อคุณจะไม่หลู่พระเกียรติของพระเจ้าด้วยการประพฤติตนอย่างไม่เหมาะสมกับผู้คนที่ไม่เชื่อซึ่งอยู่รอบข้างคุณ หรือแม้บางคนทำสิ่งที่ไม่ถูกต้องกับคุณ คุณจะเข้าใจเข

าโดยไม่พูดถึงสิ่งนั้น

เมื่อคุณพยายามที่จะประกาศกับเจ้าของร้านค้าในชุมชนของคุณ บางครั้งคุณจงใจซื้อของบางสิ่งจากร้านนั้นแม้ของสิ่งนั้นจะมีราคาแพงมากกว่าร้านอื่น การทำเช่นนี้ถือเป็นการใช้เหตุผลอีกด้านหนึ่ง แต่ถ้าคุณมีการใช้เหตุผลอยู่ในใจของคุณ คุณสามารถเลือกแนวทางแห่งความดีได้ตลอดเวลาไม่ใช่เฉพาะในยามที่คุณพยายามจะเผยแพร่พระกิตติคุณเท่านั้น

คุณไม่ได้ทำสิ่งนั้นเพราะคุณมีเหตุจูงใจอย่างอื่น แต่เพราะคุณต้องการที่จะทำให้พระเจ้าพอพระทัยมากขึ้น คุณไม่คิดในทำนองว่า "ถ้าผมทำเช่นนี้ ผมจะได้สิ่งนี้ และคนนี้จะตอบสนองด้วยความดีเช่นกัน" คุณจะสำแดงคำพูดและการกระทำแห่งความดีที่เต็มอยู่ในจิตใจของคุณอย่างสมบูรณ์

ศิษยาภิบาลหรือผู้นำควรใช้เหตุผลนี้มากกว่าคนอื่นเพราะเขาต้องเป็นแบบอย่างแก่ผู้เชื่อ เพราะคุณต้องเป็นแบบอย่าง บางครั้งคุณไม่สามารถทำในสิ่งที่คุณอยากทำต่อหน้าคนอื่น หรือบางครั้งคุณทำบางสิ่งบางอย่างเพื่อสง่าราศีของพระเจ้าแม้สิ่งนั้นไม่ใช่สิ่งที่คุณต้องทำ

ยกตัวอย่าง ศิษยาภิบาลและผู้นำต้องตรวจเสื้อผ้าหรือทรงผมของตนก่อนที่จะไปตลาดซึ่งอยู่หน้าบ้านของเขา แน่นอนเขาสามารถไปตลาดด้วยการแต่งตัวที่สบายๆ แต่เขาต้องระมัดระวังในเรื่องนี้เพื่อไม่ให้สมาชิกคนใดสะดุด นอกจากนั้น เขายิ่งระมัดระวังมากขึ้นเกี่ยวกับคำพูดและการประพฤติของตนเมื่อเขาอยู่ในสายตาของสมาชิกคริสตจักร สิ่งนี้ไม่ได้หมายความว่าเขาควรเป็นคนหน้าซื่อใจคดด้วยการเสแสร้งเป็นคนบริสุทธิ์ที่ภายนอกเท่านั้น แต่หมายความว่าเขาควรฝึกควบคุมตนเองเพื่อเห็นแก่คนอื่น

หลังจากการเปิดตัวคริสตจักร ผมเคยใส่เหรียญตราที่เป็นรูปไม้กางเขนและสมาชิกบางคนก็ทำแบบเดียวกัน แต่ผู้เชื่อบางคนมีความเชื่ออ่อนแอประพฤติตนในแนวทางที่ไม่เสริมสร้างอย่างแท้จริง ดังนั้นผ

ผมจึงเลิกใส่เหรียญตรานั้นเพราะคิดว่าการกระทำของผู้เชื่อเหล่านั้นอาจหลู่พระเกียรติของพระเจ้า

บางคนให้เข็มกลัดเนกไทเป็นของขวัญกับผม แต่ผมไม่ใส่เข็มกลัดเหล่านั้นเพราะกลัวว่าสมาชิกคริสตจักรของเราต้องการที่จะมีสิ่งของฟุ่มเฟือยเช่นกัน ผมวางกรอบให้กับตนเองในทุกด้านของชีวิตโดยเริ่มกับสิ่งที่เล็กน้อย เพราะผมเป็นศิษยาภิบาลที่สมาชิกคริสตจักรยึดเอาเป็นแนวทางและแบบอย่างอยู่ตลอดเวลา

นอกจากนั้น ประมาณหนึ่งหรือสองครั้งต่อปี เมื่อเรามีการประชุมศิษยาภิบาลหรือการประชุมผู้นำ เรามีวันหยุดพักผ่อนหนึ่งวัน เพราะคนเหล่านี้ทำงานเพื่อองค์พระผู้เป็นเจ้ามาตลอดทั้งปี ผมจึงอยากให้เขาสามารถพักผ่อนหย่อนใจในวันนั้น ในบางโอกาสบางครั้งผมจะไปโยนโบว์ลิ่งเพื่อออกกำลังกายในวันหยุดพักผ่อนแบบนี้ จากนั้น สิ่งนี้ก็แพร่ออกไปอย่างรวดเร็วในคริสตจักร คนเหล่านั้นไม่เพียงแต่เล่นโบว์ลิ่งปีละสองสามครั้งครั้งเพื่อการพักผ่อน แต่บางคนเล่นโบว์ลิ่งจนเป็นนิสัย ผมจึงเลิกเล่นโบว์ลิ่งไปด้วยเช่นกัน

นอกจากนั้น ถ้าผมพบปะกับสมาชิกคริสตจักร เยี่ยมเยียนตามบ้าน รับประทานอาหารร่วมกัน และสนทนาพูดคุยกับเขาถี่ขึ้น ผมจะมีความสุขมากเช่นกัน แต่เพราะผมต้องทำสิ่งที่ยิ่งใหญ่กว่าให้สำเร็จ ผมจึงไม่ทำแม้กระทั่งสิ่งเหล่านั้น ผมเพียงหันหน้าเข้าผนังเพื่ออธิษฐานทุกวัน แม้แต่ในค่ายภาคฤดูร้อนที่เรามีขึ้นปีละครั้ง ผมก็ไม่สามารถเข้าร่วมได้โดยไม่ได้รับอนุญาตจากพระเจ้า

เมื่อผมวางกรอบให้กับตนเองด้วยวิธีนี้และทำสิ่งต่างๆ ที่สามารถเปลี่ยนพระทัยของพระเจ้า พระองค์ทรงอวยพรผมอย่างบริบูรณ์ พระองค์ทรงอนุญาตให้ผมได้รับความรักอย่างเปี่ยมล้นจากพระเจ้าพระบิดาและจากสมาชิกคริสตจักร พระองค์ทรงมอบฤทธิ์อำนาจเหนือฤทธิ์อำนาจแก่ผมและทรงช่วยให้ผมประสบความสำเร็จยิ่งใหญ่มากขึ้นใ

นการประกาศทั่วโลก เพราะพระเจ้าทรงรับเอาการกระทำแต่ละอย่างของผมอย่างพอพระทัย พระองค์จึงทรงอนุญาตให้ผมมีความชื่นชมยินดีในสิ่งที่ผมไม่ตั้งใจที่จะได้ชื่นชม

พระพรของการดำเนินชีวิตที่ควบคุมตนเองเพื่อพระเจ้า

ผมหวังว่าคุณจะสามารถชื่นชมกับเสรีภาพในความจริงและยังคงมองย้อนกลับไปดูตัวเองอยู่เสมอ แม้คุณคิดว่าคุณกำลังทำสิ่งนั้นด้วยความเชื่อในความจริง สิ่งนี้จะเป็นพระพรกับคุณถ้าคุณสามารถมองย้อนกลับไปดูตัวเองอีกครั้งหนึ่ง ผมหวังว่าคุณจะแสดงออกด้วยใจแห่งการอธิษฐานโดยคิดและอธิษฐานว่า "พระบิดาเจ้าสิ่งนี้ถูกต้องจริงหรือ? ข้าพระองค์เลือกสิ่งที่ถูกต้องมากกว่าต่อพระพักตร์ของพระองค์จริงหรือ?" เมื่อคุณถ่อมตัวเองลงต่อพระพักตร์พระเจ้าด้วยวิธีนี้และตรวจสอบตนเองและเลือกแนวทางอันเป็นที่พอพระทัยมากกว่าในสายพระเนตรของพระเจ้า คุณจะได้รับความสมบูรณ์แบบมากขึ้น

แน่นอน คุณจะทำสิ่งนี้ตามขนาดแห่งความเชื่อของตนและพระเจ้าจะไม่ทรงบังคับให้ผู้เชื่อทุกคนสมบูรณ์แบบในเวลานี้ แต่ถ้าคุณสามารถเลือกสิ่งที่พอพระทัยพระเจ้ามากกว่าด้วยการควบคุมตนเองนี่คือสติปัญญาที่แท้จริง ยิ่งคุณไม่มีแรงจูงใจที่เห็นแก่ตัวอยู่ในคุณมากขึ้นเท่าใด คุณก็จะได้รับสติปัญญาและความเข้าใจที่สามารถหยั่งรู้ทุกสิ่งอย่างชัดเจนมากยิ่งขึ้นเท่านั้น

นอกจากนั้น เมื่อพระเจ้าทรงมีความชื่นบานเนื่องจากบุตรของพระองค์ พระองค์จะไม่ทรงชื่นชมยินดีอยู่เงียบๆ พระองค์จะทรงตอบแทนเราด้วยพระพรที่เปี่ยมล้นบนโลกนี้และในสวรรค์มากกว่า 30 เท่า 60 เท่าหรือ 100 เท่า

ครั้งหนึ่งพระเจ้าทรงสำแดงให้ผมเห็นบ้านในสวรรค์ของสมาชิกคริสตจักรเราคนหนึ่ง ที่มุมหนึ่งของสวนมีเครื่องยกน้ำหนักและอุปกร

ณ์การออกกำลังหลายประเภท สมาชิกคนนี้ชอบยกน้ำหนักและออกกำลังกายมากบนโลกนี้ แต่เขาไม่ได้ทำสิ่งนั้นเพื่อเขาจะสามารถรับใช้พระเจ้าและผู้เชื่อในฐานะศิษยาภิบาล พระเจ้าทรงมอบของขวัญนั้นแก่เขาเพื่อปลอบโยนจิตใจของเขา

นอกจากนั้นยังมีผู้เชื่อคนหนึ่งที่ชื่นชอบดอกซากุระอย่างมากบนโลกนี้ บ้านในสวรรค์ของเธอมีถนนที่เต็มไปด้วยดอกซากุระ บางครั้งกลีบดอกซากุระหล่นลงมาเหมือนกับหิมะตก เธอทำงานหนักเพื่อแผ่นดินของพระเจ้าโดยไม่รับรู้ถึงการเปลี่ยนแปลงของฤดูกาลและเธอไม่มีโอกาสที่จะได้ชื่นชมกับการเห็นดอกซากุระเหล่านั้นบนโลกนี้ พระเจ้าได้ทรงจัดเตรียมถนนที่เต็มไปด้วยดอกซากุระเช่นนั้นไว้ให้เธอ

ถ้าคุณไม่ได้ทำสิ่งที่คุณน่าจะได้ทำเพื่อเห็นแก่องค์พระผู้เป็นเจ้า พระเจ้าจะทรงจดจำสิ่งเหล่านั้นและจะทรงตอบแทนให้กับคุณด้วยพระพรที่เปี่ยมล้น (มัทธิว 19:29) พระองค์จะทรงจัดเตรียมบ้านในสวรรค์ให้กับคุณแต่ละคนพร้อมกับสิ่งต่างๆ ที่คุณสามารถชื่นชมเมื่ออยู่ที่นั่น พระเจ้าทรงมอบของขวัญเหล่านั้นเพื่อชดเชยให้คุณจากการที่คุณได้สละสิ่งเหล่านั้นบนโลกนี้เพื่อแผ่นดินและความชอบธรรมของพระเจ้า

ภายหลังเมื่อเราไปสู่สวรรค์เราจะเห็นบ้านและรางวัลของเราที่พระเจ้าได้ทรงจัดเตรียมไว้ เราจะรู้ว่าพระเจ้าพระบิดาทรงจดจำแม้กระทั่งสิ่งเล็กๆ น้อยๆ ที่เราต้องการในจิตใจของเราและเราจะไม่สามารถกลั้นน้ำตาแห่งการขอบพระคุณและความรักที่มีต่อพระองค์เอาไว้ได้ ผมหวังว่าคุณจะไม่ติดตามความสนุก เพลิดเพลินหรือกำไรชั่วคราว แต่จะแสวงหาแผ่นดินสวรรค์ที่แท้จริงและนิรันดร์ นี่คือชีวิตแห่งสติปัญญาที่แท้จริง

บทที่ 6

สติปัญญาที่อุดมไปด้วยความเมตตาและผลที่ดี

ความสัมพันธ์ระหว่างความเมตตากับผลที่ดี

สติปัญญาแห่งความเมตตาให้ชีวิต

สติปัญญาแห่งความเมตตาอุดมไปด้วยผลที่ดี

"แต่ปัญญาจากเบื้องบนนั้นบริสุทธิ์เป็นประการแรก แล้วจึงเป็นความสงบสุข สุภาพและว่าง่าย เปี่ยมด้วยความเมตตาและผลอันดี ไม่มีความลำเอียง ไม่หน้าซื่อใจคด"

(ยากอบ 3:17)

ฟีโอเรโล เฮนรี ลากัวเดีย (11 ธันวาคม 1882-20 กันยายน 1974) เป็นนายกเทศมนตรีของนครนิวยอร์กสามสมัยซ้อนจากปี 1934 ถึงปี 1945 จากหนังสือเรื่อง Try and Stop Me เขียนโดย Bennett Cerf ลากัวเดียมักทำหน้าที่ที่ศาลแขวงอยู่บ่อยๆ เขาตัดสินคดีความที่ไม่ร้ายแรงทั่วไป ซึ่งรวมถึงคดีที่ผู้หญิงคนหนึ่งขโมยขนมก้อนหนึ่งไปให้ครอบครัวของเธอที่กำลังอดอยาก (เหมือนที่ Cerf บันทึกไว้) ลากัวเดียยืนกรานที่จะเปรียบเทียบปรับเป็นเงิน 10 เหรียญ จากนั้นเขาพูดว่า "ผมสั่งปรับทุกคนที่อยู่ในห้องพิจารณาคดีนี้คนละสิบเซ็นต์ด้วยโทษฐานความผิดที่พวกคุณอาศัยอยู่ในเมืองที่บุคคลคนหนึ่งต้องขโมยเพื่อจะมีกิน" จากนั้นเขาส่งหมวกออกไปทั่วห้องและมอบเงินค่าปรับนั้นให้กับจำเลยซึ่งออกจากศาลไปพร้อมกับเงิน 47.50 เหรียญ

ไม่ว่าสถานการณ์ของผู้กระทำผิดจะน่าสงสารสักเพียงใดก็ตาม ผู้พิพากษาต้องเคารพกฎหมาย แต่เพราะผู้พิพากษามีความเมตตาต่อผู้กระทำผิด เขาจึงคิดหาแนวทางที่จะรักษากฎหมายและช่วยผู้หญิงที่ยากจนคนนั้น ถ้าเรามีสติปัญญาในความเมตตาเช่นนี้ ชีวิตของเราจะอบอุ่นและงดงามมาก

ความสัมพันธ์ระหว่างความเมตตากับผลที่ดี

ความเมตตาคืออุปนิสัยของการเป็นคนที่กรุณาปรานีและยกโทษ แต่ในฝ่ายวิญญาณ ความเมตตาไม่ได้เป็นเพียงการสงสารคนอื่น แต่เป็นการถือว่าวิญญาณดวงหนึ่งมีค่ายิ่งกว่าโลกทั้งโลก แม้บุคคลอาจดูเหมือนสิ้นหวังอย่างสิ้นเชิง เราไม่ควรทอดทิ้งเขา แต่เราต้องพยายามที่จะนำเขามาสู่ความรอด

เพื่อให้เราทำเช่นนั้นเราควรเข้าใจจิตใจและมุมมองของคนอื่นจากพื้นฐานของการเป็นคนใจดี เมื่อเรามีความเป็นคนใจดีแบบนี้เราก็จะได้รับสติปัญญาเพื่อให้ชีวิตกับคนอื่นและนำเขามาสู่ความรอด ด้วยสติปัญญานั้นเราสามารถเสริมกำลังให้ดวงวิญญาณที่อ่อนเปลี้ยและเล้

าโลมจิตใจที่ได้รับบาดเจ็บ ถ้าเราสำแดงความเมตตาด้วยความรักของพระเจ้า ผลที่เราได้รับจะเป็น "ผลที่ดี" ดังนั้น "ความเมตตา" กับ "ผลที่ดี" จึงสัมพันธ์กันอย่างใกล้ชิด

พระทัยของพระเจ้าของเราคือความเมตตา ถ้าพระเจ้าไม่ทรงยกโทษให้คนบาป แต่ทรงจัดการกับเขาอย่างเข้มงวดตามธรรมบัญญัติ ใครในโลกนี้จะมีชีวิตรอดอยู่ได้? แต่เพราะพระเจ้าทรงสำแดงความเมตตาเราจึงได้รับโอกาสสำหรับการกลับใจและบรรลุถึงความรอดอย่างสมบูรณ์เช่นกัน

เช่นเดียวกับพระทัยของพระเจ้าพระบิดา พระทัยขององค์พระผู้เป็นเจ้าคือความเมตตาด้วยเช่นกัน มัทธิว 12:20 กล่าวถึงพระเมตตาของพระเยซูว่า "ไม้อ้อช้ำแล้วท่านจะไม่หัก ไส้ตะเกียงเป็นควันแล้วท่านจะไม่ดับ กว่าท่านจะทำให้การพิพากษามีชัยชนะ" พระเยซูทรงอดทนนานแม้กระทั่งกับผู้คนที่ดูเหมือนไม่มีความหวังที่จะได้รับความรอดซึ่งเป็นเหมือนไม้อ้อที่ช้ำแล้วและไส้ตะเกียงที่เป็นควัน พระองค์ทรงประกาศถึงการยกโทษและพระกิตติคุณแม้กระทั่งกับคนบาปซึ่งเป็นที่รังเกียจของคนอื่นอย่างคนเก็บภาษีและหญิงโสเภณี สาเหตุก็เพราะว่าพระองค์ไม่ได้เสด็จมาเพื่อเรียกคนชอบธรรมแต่มาเพื่อเรียกคนบาปให้กลับใจ

พระเยซูทรงกระทำการอันเป็นอัศจรรย์และทรงกระทำเฉพาะความดี แต่ก็ยังมีผู้คนที่ต่อต้านพระองค์ไปจนถึงที่สุด แม้แต่กับบุคคลอย่างยูดาห์อิสคาริโอทที่ขายพระองค์พระเยซูก็ไม่ได้ทอดทิ้งคนเหล่านี้โดยตรัสว่า "เจ้าไม่มีจิตใจที่จะได้รับความรอด"

พระองค์ทรงให้โอกาสกับคนเหล่านั้นได้รับความรอด พระองค์ทรงถือว่าวิญญาณดวงหนึ่งมีค่ายิ่งกว่าโลกทั้งโลก และด้วยการมีพระทัยเช่นนี้พระองค์จึงทรงสิ้นพระชนม์บนกางเขนและเปิดหนทางแห่งความรอดเพื่อมวลมนุษย์ในที่สุด ดวงวิญญาณเหล่านั้นที่ได้รับความรอดโดยค่าแห่งพระโลหิตของพระเยซูคือผลที่ดีที่พระเยซูทรงให้กำเนิดผ่านความเมตตา

สติปัญญาแห่งความเมตตาให้ชีวิต

ความเมตตาไม่ใช่เป็นเพียงการมีความสงสารหรือความเวทนาต่อคนอื่น ด้วยความเมตตาเรายกโทษ ลงโทษ หรือช่วยดวงวิญญาณเพือนำเขาไปสู่หนทางแห่งความรอด ในความเมตตานี้มีอยู่หลายด้านซึงรวมถึงความเมตตาแห่งการยกโทษ ความเมตตาแห่งการลงโทษ และความเมตตาของการให้ทาน

1) ความเมตตาแห่งการยกโทษ

เอเฟซัส 4:32 กล่าวว่า “และท่านจงเมตตาต่อกัน มีใจเอ็นดูต่อกัน และอภัยโทษให้กันเหมือนดังทีพระเจ้าได้ทรงโปรดอภัยโทษให้ท่านเพราะเห็นแก่พระคริสต์” พระเจ้าทรงบอกให้เราอภัยโทษให้กันและกันเหมือนทีพระเจ้าและองค์พระผู้เป็นเจ้าทรงมีพระเมตตาต่อเราและทรงยกโทษให้เรา แต่เพือจะมีความเมตตาต่อคนอืนและอภัยโทษให้เขาเราต้องเข้าใจคนอืนจากมุมมองของเขา เราไม่สามารถเข้าใจคนอืนภาย ในมุมมองของเราเอง แต่ถ้าเราเข้าใจเขาด้วยการเอาตัวเราเองไปอยู่ในสถานการณ์ของเขา เราก็สามารถยกโทษให้คนอืนได้

ยกตัวอย่าง สมมุติว่าครอบครัวหรือคู่สมรสทีไม่เชือของคุณปฏิบัติไม่ดีกับคุณ ถ้าคุณไม่เข้าใจเขาคุณอาจโอดครวญและมีความขุ่นเคืองใจกับเขา ถ้าคุณไม่เข้าใจเขาคุณก็ไม่สามารถรักเขาและคุณอาจพยายามทีจะหลบเลียงเขาเพราะความกลัวและความผิดหวัง ถ้าคุณเข้าใจคนอืนจากจิตใจโดยคิดว่า “สามีของฉันไม่เข้าใจฉันอย่างแท้จริงเพราะเขาไม่รู้เกียวกับมิติฝ่ายวิญญาณ เพราะเหตุนีเขาจึงอาจต่อต้านความเชือของฉัน” จากนั้น คุณก็สามารถสำแดงความเมตตากับเขา คุณสามารถโทษแม้แต่ตัวคุณเองสำหรับการข่มเหงทีเขาทำต่อคุณและอธิษฐานเผือเขาด้วยการวิงวอนขอการยกโทษแก่เขา

เมือคุณถวายคำอธิษฐานแห่งความเมตตาเช่นนันพระเจ้าทรงสามารถเปลียนจิตใจของสามีของคุณ นอกจากนัน เมือคุณพูดคุยกับเขาคุ

ณจะได้รับสติปัญญาที่จะเอาชนะใจเขา สิ่งที่เป็นธรรมชาติและชัดเจนกับภรรยาที่มีความเชื่ออาจเป็นสิ่งที่สามีซึ่งไม่มีความเชื่อไม่เข้าใจ ดังนั้น เมื่อมีการพูดถึงคริสตจักรหรือความเชื่อ ถ้าภรรยาพูดเฉพาะจากมุมมองของตน สิ่งนี้ก็จะนำไปสู่การโต้แย้งกันเพียงอย่างเดียว

ดังนั้น คุณไม่ควรพูดว่าสามีของคุณเป็นฝ่ายผิด แต่คุณต้องเข้าใจจิตใจของเขาและคิดจากมุมมองของเขา เมื่อคุณทำเช่นนั้นคุณจะได้รับสติปัญญา พระเจ้าจะประทานคำอุปมาหรือตัวอย่างที่เหมาะสมให้แก่คุณและคุณจะค้นพบวิธีการที่จะอธิบายให้สามีของคุณที่ไม่เชื่อสามารถเข้าใจได้ด้วย

เมื่อคุณพูดคุยกับสมาชิกคริสตจักรก็เหมือนกัน บางคนแม้เขาจะเป็นผู้นำคริสตจักร แต่ดูเขาจะบ่นในทุกเรื่องและสร้างปัญหาให้กับคนอื่น มีหลายคนที่ได้ฟังความจริงมาเป็นเวลานานแต่ก็ยังมีความเท็จอยู่ในเขา เขาไม่เปลี่ยนแปลงและพยายามที่จะฉ้อโกงและหลอกลวงคนอื่น เมื่อเราเห็นคนเหล่านี้เราอาจไม่สามารถเข้าใจเขา เราอาจคิดว่า "หลังจากฟังถ้อยคำแห่งความจริงมามากมายทำไมเขาจึงไม่ยอมเปลี่ยน แปลงเลย?"

แต่ถ้าเราเข้าใจคนอื่นเราก็สามารถมีความเมตตาต่อเขา เขาฟังความจริงและรู้จักความจริง ดังนั้นเขาก็ต้องการที่จะเข้าสู่ฝ่ายวิญญาณด้วยเหมือนกัน เขาต้องการที่จะรักพระเจ้าและเป็นกำลังให้กับคริสตจักรเช่นกัน แต่เนื่องจากเขาเกิดและเติบโตขึ้นในในสภาพแวดล้อมที่เขาอาศัยอยู่ เขาจึงได้รับการปลูกฝังความเท็จเอาไว้มากมายในเขา ฉะนั้น เขาจึงมีกำลังเพียงเล็กน้อยที่จะเปลี่ยนจิตใจของตนเองไปสู่ความจริง เขารู้ในสมองว่าเขาต้องประพฤติในความดี แต่เขาไม่สามารถเปลี่ยนแปลงจิตใจของเขาไปสู่ความจริงได้ ดังนั้น ตัวเขาเองจึงเป็นทุกข์มากกว่าคนอื่น

เนื่องจากเขาไม่สามารถชำระล้างเนื้อหนังทิ้งไปเขาจึงไม่อาจเต็มล้นด้วยพระวิญญาณหรือจำเริญขึ้นฝ่ายวิญญาณ นี่เป็นสถานการณ์ที่

น่าสงสารอย่างยิ่ง ด้วยเหตุนี้ แม้เขาจะบ่นและแสดงอารมณ์ไม่ดีออก มาเราก็จะไม่เกลียดชังเขา แต่เราจะรักเขาเพียงอย่างเดียว แม้เราจะพบกับความเสียหายหรือความเสีย เปรียบเนื่องจากเขา เราก็สามารถทนกับเขาและยอมรับเขาได้

เมื่อเราคิดถึงช่วงเวลาตั้งแต่การเปิดคริสตจักรนี้มาจนถึงวันนี้ สมาชิกคริสตจักรแห่งนี้มีอยู่หลายประเภท นอกจากนั้นยังมีหลายสิ่งหลายอย่างที่เกิดขึ้นซึ่งไม่อาจเข้าใจได้ด้วยการใช้สามัญสำนึก ผู้นำบางคนไม่เชื่อฟังหลายครั้งและก่อให้เกิดช่วงเวลาแห่งความยากลำบากมากสำหรับคริสตจักร บางคนที่เคยมีประสบการณ์กับการทำงานอย่างยิ่งใหญ่ของพระเจ้าและเคยถวายสง่าราศีแด่พระเจ้าก็เปลี่ยนไปโดยฉับพลันและต่อต้านคริสตจักร แต่ผมไม่เคยเปิดเผยชื่อของคนเหล่านั้นกับสมาชิกคริสตจักร

ถ้าบางคนไม่ยอมรับคำแนะนำหรือการตักเตือน แต่กลับสะดุดเพราะสิ่งนั้นและออกไปจากคริสตจักรและทิ้งพระเจ้า การอดทนกับเขาก็เป็นสิ่งที่ดีกว่า และแม้แต่กับผู้คนที่ออกไปจากคริสตจักรแล้ว ผมก็ไม่พูดถึงความผิดของคนเหล่านั้น แต่ผมจะให้โอกาสเขากลับใจและกลับมา

แต่ผมไม่ได้กำลังพูดว่าเราต้องยกโทษให้กับทุกสิ่งโดยไม่มีเงื่อนไขเพียงเพราะเราถือว่าวิญญาณดวงหนึ่งมีค่าอย่างมาก การยกโทษมีเป้าหมายเพื่อช่วยดวงวิญญาณของบุคคลให้รอด แต่บางครั้ง แทนที่จะปกปิดความผิดของบุคคลนั้น การทำให้เขาเห็นถึงความผิดของตนเองด้วยการตำหนิการกระทำของเขาจะช่วยทำให้บุคคลนั้นรอด ถ้าเขาไม่ถูกตำหนิสำหรับเรื่องนั้นเขาอาจไม่รู้ว่าเขาได้สร้างกำแพงบาปแบบใดขึ้นระหว่างเขากับพระเจ้า จากนั้นเขาอาจล้มลงไปสู่หนทางแห่งความตาย

2) ความเมตตาแห่งการลงโทษ

ฟังดูเหมือนว่าการยกโทษกับการลงโทษอยู่ตรงกันข้ามกัน แต่ที่จ

ริงทั้งสองไม่ได้ตรงกันข้ามกัน สาเหตุก็เพราะว่าการลงโทษในความเมตตานั้นไม่ได้เป็นการลงโทษอย่างพิพากษาด้วยการประณามหรือความเกลียดชัง แต่เป็นการลงโทษด้วยความรัก การลงโทษที่พระเจ้าทรงอนุญาตเป็นการลงโทษด้วยความเมตตา

ในฮีบรูบทที่ 12 ในท่อนหลังของข้อ 5 และข้อ 6 กล่าวว่า "บุตรชายของเราเอ๋ย อย่าดูหมิ่นการตีสอนขององค์พระผู้เป็นเจ้า และอย่าระอาใจเมื่อพระองค์ทรงติเตียนท่านนั้น เพราะองค์พระผู้เป็นเจ้าทรงตีสอนผู้ที่พระองค์ทรงรัก และเมื่อพระองค์ทรงรับผู้ใดเป็นบุตร พระองค์ก็ทรงเฆี่ยนตีผู้นั้น" ข้อ 8 กล่าวว่า "แต่ถ้าท่านทั้งหลายไม่ได้ถูกตีสอนเช่นเดียวกับคนทั้งปวง ท่านก็ไม่ได้เป็นบุตร แต่เป็นลูกที่ไม่มีพ่อ" ถ้าเราสะสมกำแพงแห่งความบาปไว้มากเกินไปและพระเจ้าทรงหันหลังให้เรา การตีสอนก็จะไม่อีกต่อไป

บางคนพยายามที่จะปกปิดความผิดของตนและหาข้อแก้ตัวอย่างต่อเนื่องเพื่อจะหลีกเลี่ยงการตักเตือนว่ากล่าว หรือเพราะความบกพร่องของเขาถูกเปิดเผย เขาจึงถอดใจ เมื่อเรากลับใจด้วยจิตใจถ่อมพระเจ้าจะทรงยกโทษให้เราอย่างแน่นอนและจะทรงช่วยเราให้ฟื้นจากความยากลำบากเช่นกัน จากนั้นถ้าเราดำเนินชีวิตอยู่ในความสว่างและเกิดผลแห่งการกลับใจ พระเจ้าจะไม่ทรงจดจำแม้กระทั่งความบาปในอดีตของเรา

บางครั้งคุณอาจล่วงรู้ถึงความผิดของพี่น้องในความเชื่อและคุณต้องให้คำแนะนำหรือตักเตือนเขา ในกรณีแบบนี้ คุณต้องตรวจสอบจิตใจของคุณอย่างระมัดระวัง คุณอาจให้คำแนะนำในรูปของการปกปิดความผิดนั้นด้วยความรัก แต่สิ่งนั้นอาจเกิดจากจิตใจชั่วซึ่งชอบชี้ถึงความผิดของคนอื่นโดยใช้ความชอบธรรมและกรอบความคิดของคุณเอง ซึ่งอาจเป็นไปได้เช่นกันว่าคุณพยายามที่จะสอนคนอื่นและควบคุมเขาด้วยความรู้สึกทะนงตนของจิตใจของคุณ

ในกรณีที่คุณให้คำแนะนำโดยปราศจากความเมตตา ถ้าบุคคลนั้นไม่ยอมรับคำแนะนำของคุณ คุณอาจคิดว่าคนนั้นดูถูกคุณและคุณรู้

สึกว่าศักดิ์ศรีของคุณถูกทำลาย ดังนั้นคุณอาจตักเตือนเขาด้วยถ้อยคำที่รุนแรงมากขึ้นในความพยายามที่จะทำให้เขายอมรับความผิดของตน การตักเตือนแบบนี้เลวร้ายยิ่งกว่าการไม่ทำสิ่งใดเลยเสียอีก

แม้เราจะอ้างอิงพระคำของพระเจ้าเราก็ไม่สามารถเห็นการทำงานของพระวิญญาณบริสุทธิ์เว้นแต่เราจะทำสิ่งนั้นด้วยความรัก คำแนะนำของเราจะไม่ช่วยให้คนนั้นเข้าใจหรือให้ชีวิตกับเขา แต่คำแนะนำของเรากลับจะทำให้เกิดความรู้สึกขุ่นเคืองใจหรือทำให้เขาท้อใจเพียงอย่างเดียว คนนั้นอาจพยายามปรับ ปรุงตัวให้ดีขึ้นโดยตระหนักถึงความผิดของตนเอง แต่เมื่อเขาได้ยินคำแนะนำหรือคำวิพากษ์วิจารณ์ ที่ ซุ กซ่ อ น ไว้ ด้ ว ย ค ว า ม รู้ สึ ก ขุ่ น เ คื อ ง ใ จ เขาอาจท้อใจและอาจหลงหายไป

ด้วยเหตุนี้ เมื่อเราให้คำแนะนำกับบุคคลหรือลงโทษคนบางคน เราต้องทำสิ่งนั้นภายในบริบทของความเมตตาและความเข้าใจถึงจิตใจของเขาอย่างแท้จริงจากมุมมองของเขา นอกจากนั้น เราต้องอธิษฐานเผื่อเขาและให้คำแนะนำด้วยความรักซึ่งสามารถให้ชีวิตกับเขา เมื่อเรามีจิตใจแบบนี้เราก็สามารถนำเขาไปสู่ความจริงผ่านการลงโทษถ้าจำเป็น

ถ้าเรามีความห่วงใยในตัวเขาและมีความเมตตาต่อเขาอย่างแท้จริงเราจะมีความฉลาดแม้กระทั่งในยามที่เราตำหนิเขา ในหนังสือวิวรณ์เราเห็นองค์พระผู้เป็นเจ้าทรงตำหนิคริสตจักรแห่งเมืองเอเฟซัส แต่ก่อนที่พระองค์จะตำหนิคริสตจักรแห่งเมืองเอเฟซัสพระองค์ทรงยกย่องสิ่งดีที่เขาได้กระทำที่ละข้อก่อนเป็นอันดับแรก เมื่อจิตใจของเขาเปิดหลังจากได้ยินคำยกย่องเหล่านั้นแล้ว พระองค์ทรงชี้ให้เห็นสิ่งที่เขากระทำผิดและจากนั้นทรงตักเตือนเขา และทรงตำหนิเขาอย่างตรงไปตรงมาเกี่ยวกับสิ่งนั้น หลังจากทรงตำหนิเขาแล้วพระองค์ทรงยกย่องเขาอีกครั้งหนึ่งเกี่ยวกับสิ่งดีที่เขาได้กระทำ เมื่อทรงตำหนิพระองค์ทรงพิจารณาถึงทุกสิ่งทุกอย่างเพื่อช่วยให้ผู้ฟังได้รับกำลังและปรับปรุงตัวให้ดีขึ้น ผมหวังว่าคุณจะใช้สติปัญญาแบบเดียว กันนี้เพื่อจะเ

ปิดจิตใจของคนอื่นเช่นกัน

โดยเฉพาะอย่างยิ่ง คุณที่เป็นพ่อแม่ต้องระมัดระวังอย่างมากเมื่อคุณให้บทเรียนกับลูกของคุณ เมื่อเด็กทำสิ่งที่ผิด พ่อแม่ต้องแก้ไขเขา เด็กไม่มีกำลังหรือวินัยในตนเองมากพอที่จะรักษาจิตใจของตนหรือที่จะเข้าใจสิ่งที่ถูกและสิ่งที่ผิดในบางครั้ง แต่ในเวลาเช่นนี้พ่อแม่ต้องไม่ใส่ความโกรธ ความคับข้องใจ หรือความรู้สึกขุ่นเคืองใจของตัวเองในการตักเตือนและการลงโทษ

สมมุติว่าเด็กอายุห้าขวบเปิดเอาคุกกี้ออกจากตู้ที่อยู่ในครัวและทำจานหล่น แม่อาจตกใจกับเสียงจานแตกและดุด่าลูกด้วยความหงุดหงิดว่า "บอกแล้วไม่ใช่เหรอว่าให้ระวัง? รู้ไหมว่าจานใบนี้ราคาแพงแค่ไหน?" จากนั้น เด็กก็จะคิดหาแนวทางที่จะเอาตัวรอดจากสถานการณ์นั้นเท่านั้นแทนที่เขาจะรู้สึกเสียใจกับสิ่งที่ตนได้ทำ

ถ้าพ่อแม่ดุด่าลูกของตนด้วยอารมณ์ที่ถูกปลุกเร้าขึ้นมา เขาอาจหยุดยั้งพฤติกรรมสร้างปัญหาของลูกได้ชั่วขณะหนึ่ง แต่แทนที่เด็กจะเปลี่ยนแปลงพฤติกรรมของตนอย่างแท้จริง เขาจะพยายามหลีกหนีจากสถานการณ์เพราะความกลัวที่เขามีในช่วงของการถูกดุด่า ถ้าเหตุการณ์เช่นนี้เกิดขึ้นอย่างต่อเนื่องซ้ำแล้วซ้ำอีก เด็กจะสูญเสียความมั่นใจในตนเอง พ่อแม่จะกลายเป็นบุคคลที่น่ากลัวสำหรับเขาเพียงอย่างเดียว พ่อแม่บางคนทำร้ายความรู้สึกลูกด้วยการพูดในลักษณะที่ว่า "ลูกมีปัญหาอะไร? ต้องให้พ่อแม่บอกอีกกี่ครั้งลูกจึงจะทำในสิ่งที่บอกให้ทำ?" "พี่ชายของลูกทำตัวดีมาก ทำไมลูกจึงไม่ทำตัวอย่างนั้น?"

พ่อแม่บางคนทำลายความภูมิใจของลูกด้วยการเปรียบเทียบเขากับเด็กคนอื่นในทุกเรื่อง "เพื่อนของลูกที่อยู่ข้างบ้านเป็นเด็กดีมากและเขาเรียนเก่งมาก ทำไมลูกจึงไม่เป็นเหมือนเขา? ทำไมลูกจึงทำตัวแบบนี้อยู่ตลอดเวลา?"

ถ้าคุณอยู่ในสถานการณ์ของลูก คุณจะตอบสนองด้วยการกลับใจอย่างแท้จริงหลังจากได้ยินคำพูดเหล่านี้หรือไม่? คุณจะคิดหรือไม่ว่า

“โอ ผมทำผิดไปแล้ว ผมเสียใจมาก ผมจะทำตัวใหม่อย่างแท้จริง?” บางทีคุณอาจมีเฉพาะความแค้นเคืองใจเพียงอย่างเดียว

เอเฟซัส 6:4 กล่าวว่า “ฝ่ายท่านผู้เป็นบิดาอย่ายั่วบุตรของตนให้เกิดโทสะ แต่จงอบรมบุตรด้วยการสั่งสอนและการตักเตือนตามหลักขององค์พระผู้เป็นเจ้า” แม้แต่เด็กเล็กๆ ก็เป็นดวงวิญญาณที่มีคุณค่ายิ่งต่อพระพักตร์พระเจ้า แม้กระทั่งในยามที่คุณจัดการกับลูกของตัวเองคุณก็ต้องพิจารณาถึงคุณค่าของจิตใจและอารมณ์ของเขาด้วยความเมตตา

ถ้าคุณที่เป็นพ่อแม่สามารถยอมรับความผิดของตนเองโดยพูดว่า “คงเป็นสิ่งที่ยากจริงๆ สำหรับลูก พ่อแม่เสียใจที่ไม่ได้ให้ความช่วยเหลือลูกในยามที่ลูกต้องการพ่อแม่มากที่สุด” จากนั้นพระเจ้าก็จะทรงทำงานในจิตใจของลูกเพื่อเขาจะสามารถเปลี่ยนแปลงพฤติกรรมที่ไม่เหมาะสมของเขา เพื่อให้สิ่งนี้เกิดขึ้นพ่อแม่ต้องเพาะบ่มจิตใจที่ดีงามเอาไว้ พ่อแม่ควรขอสติปัญญาจากพระเจ้าเพื่อจะช่วยให้ลูกเข้าใจถึงความ ผิดของตนโดยไม่ได้ทำร้ายความรู้สึกของเขา แต่สิ่งนี้ไม่ได้หมายความว่าต้องยกโทษให้ลูกโดยไม่มีเงื่อนไข ถ้าลูกต้องถูกลงโทษ พ่อแม่ก็ต้องลงโทษเขาด้วยวิธีการที่เหมาะสมเพื่อนำเขาไปสู่แนวทางที่ถูกต้อง

ใน 1 ซามูเอลบทที่ 2 เราอ่านพบเรื่องราวของปุโรหิตเอลีผู้ที่ไม่ได้เลี้ยงดูลูกของตนอย่างถูกต้อง โฮฟนีและฟีเนหัสบุตรชายสองคนของเอลีเป็นคนไร้ค่า เขานำเครื่องบูชาที่ถวายแด่พระเจ้าไปด้วยวิจารณญาณของเขา เขาหลับนอนแม้กระทั่งกับผู้หญิงที่คอยปรนนิบัติอยู่ที่ประตูของเต็นท์นัดพบ การทำชั่วของเขาใหญ่หลวงยากที่จะอธิบายได้ เอลีพูดกับบุตรทั้งสองคนด้วยเสียงแผ่วเบาว่า “ลูกเราเอ๋ย อย่าทำเลย เพราะเรื่องที่เราได้ยินไม่ดีเลย ลูกทำให้ประชาชนของพระเยโฮวาห์ทำการละเมิด” (ข้อ 24)

โฮฟนีและฟีเนหัสไม่ฟังเสียงบิดาของตน ดังนั้น เอลีต้องทำสิ่งใดในสถานการณ์นี้? เขาควรลงโทษบุตรสองคนอย่างรุ

นแรงเพื่อแก้ไขพฤติกรรมที่ไม่ถูกต้องของเขา นี่เป็นพฤติกรรมที่ยอมรับไม่ได้โดยเฉพาะอย่างยิ่งกับบุตรชายของปุโรหิตที่แสดงการดูหมิ่นต่อพระพักตร์พระเจ้า

แต่เอลีไม่ได้ทำเช่นนั้น พระเจ้าตรัสว่าเอลีให้เกียรติบุตรของตนมากกว่าพระเจ้า ในที่สุด ทั้งโฮฟนีและฟีเนหัสก็ถูกฆ่าในการทำสงครามในวันเดียวกัน เมื่อเอลีได้ยินข่าวการเสียชีวิตของบุตรชายและหีบพันธสัญญาของพระเจ้าถูกศัตรูแย่งชิงไป เขาก็ตกใจหงายหลัง คอหักและสิ้นชีวิต

ถ้าเขาได้สั่งสอนบุตรชายของตนด้วยวินัยเพื่อให้เดินอยู่ในทางของพระเจ้าอย่างถูกต้อง ครอบครัวของเขาคงไม่ประสบการล่มสลายเช่นนั้น การอบรมเลี้ยงดูลูกในแนวทางที่ถูกต้องเป็นเรื่องสำคัญที่ไม่ได้ส่งผลกระทบต่อลูกเท่านั้น แต่ส่งผลกระทบต่อคนทั้งครอบครัว ด้วยเหตุนี้ ถ้าเรารักลูกของเราอย่างแท้ จริงเราควรสามารถปรับปรุงแก้ไขพฤติกรรมของเขาอย่างฉลาดเมื่อเขาทำสิ่งที่ไม่ถูกต้อง

3) ความเมตตาแห่งการให้ทาน

ถ้าเรามีความเมตตาเราจะไม่เพียงแต่รู้สึกสงสารผู้คนเมื่อเราเห็นเขามีความต้องการ เราจะหยิบยื่นความช่วยเหลือให้เขาอย่างแท้จริง 1 ยอห์น 3:18 กล่าวว่า “ลูกเล็กๆ ทั้งหลายของข้าพเจ้าเอ๋ย อย่าให้เรารักกันด้วยคำพูดและด้วยลิ้นเท่านั้น แต่จงรักกันด้วยการกระทำและด้วยความจริง” ความเมตตาที่แท้จริงคือการช่วยเหลือคนอื่นด้วยการกระทำและด้วยความจริง

ประการแรก เหนือสิ่งอื่นใด เราต้องมีความเมตตาสำหรับดวงวิญญาณเหล่านั้นที่ยังไม่ได้รับความรอดเพราะเขาไม่รู้จักพระกิตติคุณ เพราะเรามีความเมตตาเราจึงสามารถประกาศพระกิตติคุณเมื่อเราถูกข่มเหงหรือแม้ชีวิตของเราตกอยู่ในอันตราย นอกจากนั้น เราต้องสำแดงความเมตตาและดูแลผู้คนที่ล้มเหลวในโลกนี้ ผู้คนที่ป่วยไข้และผู้คนที่ถูกปล่อยปละละเลยเช่นกัน

เมื่อเราสำแดงความเมตตาด้วยความจริงในแนวทางนี้ พระเจ้าจะทรงสำแดงพระเมตตาของพระองค์ต่อเราด้วยเช่นกัน ลูกา 6:38 กล่าวว่า "จงให้ และท่านจะได้รับด้วย และในตักของท่านเขาจะตวงด้วยทะนานถ้วนยัดสั่นแน่นพูนล้นใส่ให้ เพราะว่าท่านจะตวงให้ด้วยทะนานอันใด จะตวงให้ท่านด้วยทะนานอันนั้น" เหมือนที่กล่าวไปแล้วว่าพระเจ้าจะประทานพระพรแก่เรามากกว่าที่เราหว่านลงไปและจะทรงเติมให้เราอย่างเปี่ยมล้น เพราะเหตุนี้การช่วยเหลือคนอื่นจึงเป็นสติปัญญา

ในกิจการบทที่ 9 มีผู้หญิงคนหนึ่งชื่อทาบิธาในเมืองยัฟฟา ยัฟฟาเป็นเมืองท่าสมัยโบราณในอิสราเอล ผู้เชื่อบางคนที่เคยอาศัยอยู่ในเยรูซาเล็มมาตั้งถิ่นฐานอยู่ในเมืองยัฟฟาเพื่อหลีกเลี่ยงการข่มเหงและมีชีวิตที่ดีกว่า ทาบิธาดูแลพวกหญิงม่ายและทำการอันเป็นคุณประโยชน์และให้ทานมากมายในเมืองยัฟฟา

และอยู่มาวันหนึ่งเธอล้มป่วยและเสียชีวิต พวกสาวกได้ยินว่าเปโตรอยู่ใกล้เมืองยัฟฟาในเมืองลิดดาและส่งชายสองคนไปเชิญท่านมาหาเขา เมื่อเปโตรเดินทางมาถึงพวกหญิงม่ายยืนอยู่กับท่านพร้อมกับร้องไห้และชี้ให้ท่านดูเสื้อคลุมกับเสื้อผ้าต่างๆ ที่ทาบิธาทำเมื่อเธอยังมีชีวิตอยู่ ผู้คนรักเธอด้วยหัวใจเพราะคุณงามความดีของเธอ คุณงามความดีและคำอธิษฐานของเธอไปถึงพระเจ้าและเธอได้รับพระพรของการเป็นขึ้นมาจากความตายผ่านคำอธิษฐานของเปโตร

แต่เมื่อเราช่วยเหลือคนอื่นเราต้องมีความสามารถในการวินิจฉัย กาลาเทีย 6:10 กล่าวว่า "เหตุฉะนั้นเมื่อเรามีโอกาสให้เราทำดีต่อคนทั้งปวง และเฉพาะอย่างยิ่งต่อคนที่อยู่ในครอบครัวของความเชื่อ" ดังนั้น เราควรให้ความช่วยเหลือครอบครัวของผู้เชื่อก่อนเป็นอันดับแรก

บางคนไม่ทำงานเพราะมีปัญหากับการดื่มเหล้าหรือการพนัน เราจะไม่ได้รับพระพรเมื่อเราให้ความช่วยเหลือคนเช่นนี้

นอกจากนั้น สมมุติว่ามีผู้เชื่อคนหนึ่งที่ล้มเหลวในธุรกิจของตนแล

ะกำลังมีวิกฤตด้านการเงินเพราะเขาไม่รักษากฎหมาย ถ้าคุณสนับสนุนเขาทางด้านการเงินหรือเป็นหุ้นส่วนในธุรกิจกับเขา สิ่งนี้ไม่ถูกต้องในสายพระเนตรของพระเจ้า คุณอาจจบลงด้วยการประสบกับความทุกข์ร่วมกับเขา

เมื่อโยนาห์ประสบกับความทุกข์เพราะการไม่เชื่อฟังพระเจ้าของเขา ผู้คนที่อยู่กับเขาก็ประสบกับความทุกข์ร่วมกับเขา พระเจ้าตรัสสั่งโยนาห์ให้ไปยังเมืองนีนะเวห์และประกาศว่าเมืองนั้นจะถูกลงโทษ แต่โยนาห์กลับหนีไปยังเมืองอื่น นีนะเวห์เป็นเมืองหลวงของจักรภพอัสซีเรียใหม่ซึ่งเป็นประเทศคู่อริของอิสราเอล ถ้าเขาฟังการตักเตือนของพระเจ้าและกลับใจ คนเหล่านั้นก็จะพ้นจากความพินาศ โยนาห์ไม่ต้องการให้สิ่งนั้นเกิดขึ้น ดังนั้นเขาจึงขึ้นเรือหนีไปยังเมืองทารชิชซึ่งอยู่ในทิศทางตรงกันข้ามกับเมืองนีนะเวห์

เมื่อเรือลำนี้เผชิญกับพายุใหญ่กลางทะเล พวกลูกเรือก็โยนสินค้าลงในทะเลเพื่อทำให้เรือเบาขึ้น แต่สถานการณ์ไม่ดีขึ้น เขาจึงจับฉลากเพื่อค้นหาว่าใครเป็นต้นเหตุของภัยพิบัตินั้นและฉลากนั้นก็ตกอยู่กับโยนาห์ โยนาห์รู้ว่าสาเหตุเป็นเพราะเขาและบอกให้พวกลูกเรือโยนเขาลงในทะเล

แต่พวกลูกเรือทำไม่ได้และพายุยิ่งรุนแรงมากขึ้นเพียงอย่างเดียว เมื่อชีวิตของพวกเขาตกอยู่ในอันตรายแล้วเท่านั้นคนเหล่านั้นจึงจับโยนาห์โยนลงทะเลในที่สุด แต่เขาก็สูญเสียอย่างมากมายแล้วในการต่อสู้กับพายุอยู่เป็นเวลานานและต้องโยนสัมภาระของเขาทิ้งลงไปในทะเล

ในกรณีของการยกโทษหรือการลงโทษ เราควรทำสิ่งนี้เพื่อช่วยดวงวิญญาณให้รอด การให้การสงเคราะห์หรือการบรรเทาทุกข์ควรทำด้วยจุดประสงค์แบบเดียวกัน นั่นคือ เพื่อช่วยดวงวิญญาณให้รอด ถ้าเราช่วยเหลือคนอื่นโดยไม่มีความสามารถในการวินิจฉัย เราอาจเป็นเหตุให้คนอื่นทำบาป ดังนั้นเราจึงไม่สามารถเรียกสิ่งนั้นว่าเป็นความเมตตา

แต่บางครั้ง ในกรณีของผม ผมช่วยแม้กระทั่งผู้คนที่ไม่เหมาะสมอย่างแท้จริงในสายพระเนตรของพระเจ้า ผมรู้ว่าเขาอยู่ในความทุกข์ลำบากเพราะความประพฤติที่อธรรมของเขา หรือรู้ว่าเขากำลังต้มตุ๋นผม แต่ผมก็ช่วยเขาในบางกรณี นี่เป็นการให้โอกาสเขาที่จะกลับใจและค้นหาแนวทางที่จะช่วยให้เขาพบกับชีวิต แน่นอน คนเหล่านี้บางคนไม่กลับใจเลยและในที่สุดเขาก็ทิ้งพระเจ้าไป

แต่กระนั้น สิ่งนี้ไม่ได้หมายความว่าผมพบกับความสูญเสีย ไม่ใช่เพราะว่าผมถูกต้มตุ๋นโดยที่ผมไม่รู้ ผมเพียงแต่หว่านเพื่อวิญญาณดวงนั้นและมอบสถานการณ์นั้นไว้กับพระเจ้าด้วยความเชื่อ พระเจ้าทรงตอบแทนผมสำหรับสิ่งเหล่านั้น

สติปัญญาแห่งความเมตตาอุดมไปด้วยผลที่ดี

ถ้าเรามีความเมตตาอย่างบริบูรณ์เราก็จะอุดมไปด้วยผลที่ดีเหนือสิ่งอื่นใด เราจะเกิดผลแห่งความรอดด้วยการนำดวงวิญญาณจำนวนมากมาสู่ความรอด ถ้าเราประพฤติตนด้วยความเมตตาเราก็จะเกิดผลที่ดีในจิตใจของเราด้วยเช่นกัน สิ่งสารพัด เช่น การทำความดีที่เราสำแดงแม้กระทั่งต่อคนชั่วร้ายและกลิ่นหอมแห่งคำอธิษฐานในความอดทนนานและความดีล้วนเป็นผลที่ดีทั้งสิ้น เราจะได้รับเกียรติผ่านทางผลเหล่านี้ทั้งในโลกนี้และในสวรรค์

พระเยซูทรงเก็บเกี่ยวผลอย่างนับไม่ถ้วนด้วยพระเมตตาที่เหนือคำบรรยายของพระองค์เช่นกัน พระองค์ทรงรับเอาความเจ็บปวดทรมานของความตายโดยสมัครใจด้วยพระเมตตาของพระองค์ที่มีต่อดวงวิญญาณที่กำลังพินาศ ด้วยผลนั้นดวงวิญญาณจำนวนนับไม่ถ้วนจึงเข้ามาสู่หนทางแห่งความรอด

พระเมตตาของพระเยซูทำให้เกิดผลจำนวนนับไม่ถ้วนซึ่งรวมถึงเปโตร เปโตรประกาศพระกิตติคุณจนกระทั่งท่านถูกตรึงกลับหัว ครั้งหนึ่งยอห์นเคยมีชื่อว่า "ลูกฟ้าร้อง"

แต่ท่านได้รับการเปลี่ยนแปลงเป็น "อัครทูตแห่งความรัก" นอกเหนือจากบุคคลในพระคัมภีร์เหล่านี้แล้วยังมีดวงวิญญาณอีกจำนวนมากที่จะได้รับความรอดอย่างต่อเนื่อง

เราทุกคนที่เป็นผู้เชื่อคือผลที่ดีซึ่งเกิดจากพระเมตตาขององค์พระผู้เป็นเจ้า ผู้เชื่อคนหนึ่งมาที่คริสตจักรด้วยการแนะนำของเพื่อนบ้านของเธอ แต่เธอยังมีความขุ่นแค้นเกี่ยวกับชีวิตของตัวเองอยู่ เธอไม่ได้รับความรักจากพ่อแม่อย่างแท้จริงและยากที่เธอจะดำเนินชีวิตในความเชื่อเพราะสามีที่ไม่เชื่อของเธอ เธอยังมีปัญหาทางด้านการเงินด้วยเช่นกัน เธอมีความเศร้าหมองเพราะเธอรู้สึกว่าชีวิตของเธอเป็นภาระและไม่มีใครชื่นชมเธอจากการที่เธออดทนอย่างมากในทุกสิ่งของชีวิตเธอ

แต่วันหนึ่ง ในขณะที่ฟังพระคำของพระเจ้า ความคิดของเธอเปลี่ยนแปลงไป เธอรู้ถึงความรักของพระเจ้าผู้ทรงประทานพระบุตรองค์เดียวของพระองค์และความรักขององค์พระผู้เป็นเจ้าผู้ทรงสละพระองค์เพื่อเรา จิตใจแห่งความแค้นเคืองของเธอเปลี่ยนเป็นจิตใจที่กลับใจใหม่ เธอไม่ได้โทษสถานการณ์ของตนหรือคนอื่นสำหรับภาระของชีวิตเธอ แต่เธอโทษความบกพร่องอ่อนแอของตนเอง

บัดนี้ความขุ่นเคืองใจทั้งสิ้นของเธอคือเงื่อนไขของการขอบพระคุณสำหรับเธอ เธอดำเนินชีวิตในความเชื่อด้วยความชื่นชมยินดีพร้อมกับถวายสิบลดในนามของสามีที่ไม่เชื่อของเธอด้วยเช่นกัน พระเจ้าทรงพอพระทัยกับการกระทำของเธอ พระองค์ทรงอวยพรลูกชายของเธอ ดังนั้น ความยุ่งยากทางการเงินของเขาจึงได้รับการแก้ไข เวลานี้เธอกำลังดำเนินชีวิตอย่างมีความสุข

เมื่อมีผู้สร้างปัญหาหรือคนบางคนซึ่งมีลักษณะที่น่ารังเกียจ คุณมีท่าทีอย่างไรต่อคนเหล่านั้น? คุณเคยคิดเช่นนี้บ้างหรือไม่ว่า "ผมไม่อยากให้เขามาโบสถ์นี้เลย" หรือ "ผมอยากให้เขาย้ายไปอยู่โบสถ์อื่นเหลือเกิน?" พระเจ้าทรงต้องการให้เราอุดมไปด้วยความเมตตา

าและผลที่ดีและดูแลวิญญาณแต่ละดวงด้วยความรัก

มัทธิว 9:13 กล่าวว่า "ท่านทั้งหลายจงไปเรียนรู้ความหมายของข้อความที่ว่า `เราประสงค์ความเมตตา ไม่ประสงค์เครื่องสัตวบูชา' ด้วยว่าเรามิได้มาเพื่อจะเรียกคนชอบธรรม แต่มาเรียกคนบาปให้กลับใจเสียใหม่" ฮีบรู 13:16 กล่าวว่า "แต่อย่าลืมที่จะกระทำการดี และที่จะแบ่งปันข้าวของซึ่งกันและกัน เพราะเครื่องบูชาอย่างนั้นเป็นที่พอพระทัยพระเจ้า"

ผมหวังว่าคุณจะเข้าใจพระทัยของพระเจ้าตรงนี้ที่สะท้อนออกมาในพระคัมภีร์ข้อเหล่านี้เพื่อคุณจะสามารถรักเพื่อนบ้านของคุณด้วยการกระทำและความสัตย์จริง และเหมือนที่กล่าวไว้ในสดุดี 37:4 ว่าจงมีสติปัญญาที่จะ "ปีติยินดีในพระเยโฮวาห์" ด้วยการปลอบประโลมจิตใจที่ได้รับบาดเจ็บและช่วยเหลือผู้ขัดสนเพื่อคุณจะได้รับตามความปรารถนาแห่งจิตใจของคุณ

บทที่ 7

สติปัญญาอันแน่วแน่ที่ปราศจากความหน้าซื่อใจคด

มองดูทุกอย่างจากภายในกรอบของความยุติธรรมและความซื่อสัตย์

บุคคลไม่สามารถรู้จักความจริงจากมุมมองที่มีอคติ

การไม่มีความลำเอียงและความเท็จ

การแยกแยะระหว่างความจริงกับความเท็จ

"แต่ปัญญาจากเบื้องบนนั้นบริสุทธิ์เป็นประการแรก แล้วจึงเป็นความสงบสุข
สุภาพและว่าง่าย เปี่ยมด้วยความเมตตาและผลอันดี ไม่มีความลำเอียง
ไม่หน้าซื่อใจคด"
(ยากอบ 3:17)

ผู้หญิงคนหนึ่งขึ้นนั่งบนรถไฟหลังจากซื้อมันฝรั่งทอดกรอบถุงหนึ่งและหนังสือเล่มหนึ่ง เมื่อเธอเดินไปยังที่นั่งของเธอ มีชายหนุ่มคนหนึ่งนั่งอยู่ถัดจากเธอ สิ่งแปลกประหลาดบางอย่างเกิดขึ้นในขณะที่เธอกำลังอ่านหนังสือ ชายหนุ่มที่นั่งถัดจากเธอกำลังกินมันฝรั่งทอดกรอบของเธอ! เธอมองดูเขาพร้อมกับคิดว่าผู้ชายคนนั้นเป็นคนประหลาดที่สร้างความประทับใจครั้งแรกได้แย่จริงๆ แต่เขาก็กินมันฝรั่งทอดกรอบอย่างต่อเนื่อง เธอคิดอยู่พักหนึ่ง และเพื่อแสดงให้เห็นว่ามันฝรั่งทอดกรอบเป็นของเธอ เธอเริ่มกินมันฝรั่งทอดกรอบจากถุงนั้นเช่นกัน แต่ชายหนุ่มคนนั้นก็ไม่สนใจ

เมื่อมีมันฝรั่งกรอบแผ่นสุดท้ายเหลืออยู่ในถุง ทั้งสองคนก็ถึงจุดหมายปลายทาง ชายหนุ่มคนนั้นหักมันฝรั่งกรอบแผ่นนั้นออกเป็นสองส่วน เขากินส่วนหนึ่งและยื่นอีกส่วนหนึ่งให้ผู้หญิง จากนั้นเขาก็เดินลงไปจากรถไฟโดยไม่มีคำว่า "ขอบคุณ" หรือ "ขอโทษ" ผู้หญิงคนนั้นอ้าปากค้างเพราะความตกตะลึง แต่เธอก็ตัดสินใจที่จะทนกับสิ่งนั้น ก่อนที่จะเดินลงจากรถไฟ เธอใส่หนังสือเข้าไปในกระเป๋า ในวินาทีนั้นเธอประหลาดใจมาก ในกระเป๋าของเธอมีมันฝรั่งทอดกรอบที่เธอซื้อไว้! ไม่ใช่ชายหนุ่มคนนั้นที่กินมันฝรั่งทอดกรอบของคนอื่น แต่ผู้หญิงคนนี้ต่างหาก!

ถ้าเรามีอคติเกี่ยวกับบางสิ่งเราไม่สามารถเชื่อว่าบางสิ่งบางอย่างที่ไม่จริงจะเป็นสิ่งที่จริงได้ ชายหนุ่มคนนั้นสร้างความประทับใจในแง่ลบกับผู้หญิงคนนั้น และผู้หญิงคนนั้นตัดสินและฟันธงว่าเขากำลังกินมันฝรั่งทอดกรอบของเธอ เธอเพียงแต่คิดในแง่ลบอย่างต่อเนื่องเกี่ยวกับอีกคนหนึ่งโดยไม่ตรวจสอบดูกระเป๋าถือของตน เมื่อเราพบกับคนบางคนหรือเมื่อเราอยู่ในสถานการณ์บางอย่าง เราจะสามารถมองเห็นความจริงได้ก็ต่อเมื่อเรามองดูสิ่งต่างๆ โดยไม่มีการโอนเอียงและลำเอียง

มองดูทุกอย่างจากภายในกรอบของความยุติธรรมและความซื่อสัตย์

"ความแน่วแน่" หมายถึงการมองดูทุกสิ่งด้วยความซื่อสัตย์อย่างหนักแน่นโดยไม่มีความลำเอียง ถ้าเราไม่ลำเอียงเราจะมีความหนักแน่นกับทุกคน กล่าวคือท่าทีของเราที่มีต่อคนอื่นจะไม่แปรเปลี่ยนไปตามรูปลักษณ์ภายนอก สถานการณ์ด้านการเงิน เบื้องหลังการศึกษา หรือเงื่อนไขอื่นๆ ในลักษณะนี้ ก่อนที่เราจะสามารถมองดูทุกอย่างจากภายในกรอบของความยุติธรรมและด้วยความซื่อสัตย์เช่นนั้น อันดับแรกเราต้องเพาะบ่มความเมตตาไว้ในเราก่อน

แม้เราจะรู้เกี่ยวกับพระคำของพระเจ้า แต่เราก็ไม่สามารถประพฤติตามพระคำนั้นอย่างถูกต้องถ้าไม่มีความรักและความเมตตา ยกตัวอย่าง พระเจ้าทรงบอกให้เรารักศัตรูของเรา แต่ไม่ใช่เรื่องง่ายที่เราจะรักผู้คนที่ทำร้ายเราหรือผู้คนที่เราไม่เข้าใจเขาเลย สาเหตุก็เพราะเราจะโน้มเอียงไปตามรสนิยม ลักษณะ รวมทั้งความชอบธรรมและกรอบความคิดของเราเองเพียงอย่างเดียว

แม้จะเป็นบุคคลคนเดียวกัน แต่เขาจะดูอ้วนขึ้นถ้าเรามองดูเขาผ่านเลนส์นูนของแว่นขยาย แต่เขาจะดูผอมลงเมื่อเรามองดูเขาผ่านเลนส์เว้า ถ้าเราพูดว่าเขาอ้วนหรือผอมบนพื้นฐานของภาพลักษณ์ที่แสดงผ่านเลนส์ จะเกิดอะไรขึ้น? คุณอาจพูดว่าคุณกล่าวตามที่คุณเห็นอย่างตรงไปตรงมา แต่สิ่งนั้นแตกต่างจากความเป็นจริง ดังนั้นจึงเป็นการพูดโกหก การพูดเช่นนี้อาจสร้างความไม่พอใจให้กับบุคคลนั้นด้วยเช่นกัน

ยิ่งเราขาดความรักและความเมตตาภายในเรามากเท่าใด เราก็จะโน้มเอียงไปตามบางสิ่งบางอย่างมากยิ่งขึ้นเท่านั้น ถ้าสิ่งที่คนอื่นกำลังพูดไม่ตรงกับแนวคิดของคุณเอง คุณจะตัดสินใจและประณามคนเหล่านั้นโดยไม่ยากเย็น ถ้าคุณมองดูคนอื่นด้วยอคติสิ่งนี้จะเกิดผลแห่งความเท็จ

ผู้คนที่เต็มไปด้วยความจริง ความรักและความเมตตาจะไม่วิพากษ์วิจารณ์คนอื่นไม่ว่าในสถานการณ์ใดก็ตาม เขาเพียงแต่พยายามยอมรับคนอื่นด้วยจิตใจเมตตา ความเมตตาทำให้เกิดผลดีแห่งการให้ชีวิตกับผู้คนในขณะที่ "ความโอนเอียง" ทำให้เกิดผลร้ายที่บิดเบือนความจริงด้วยการพิพากษาและการประณาม และสิ่งนั้นสร้างความสูญเสียแก่ชีวิต

นี่เป็นกรณีที่เกิดขึ้นกับพวกฟาริสีและพวกธรรมาจารย์ในสมัยของพระเยซู คนเหล่านั้นภาคภูมิใจที่เขารู้จักธรรมบัญญัติดีและเขาอยู่ในตำแหน่งที่สอนพระคำของพระเจ้า แต่เขาตีความธรรมบัญญัติภายในกรอบความคิดของตนเองและถ้ามีสิ่งใดเกิดขึ้นซึ่งไม่ถูกต้องตามกรอบความคิดของเขา คนเหล่านั้นจะประณามทุกคนที่ทำเช่นนั้นว่าเป็นคนบาป เมื่อพระเยซูทรงรักษาคนป่วยในวันสะบาโต เขาตีความว่าการกระทำของพระองค์เป็นการละเมิดวันสะบาโต

ความหมายที่แท้จริงของการรักษาวันสะบาโตไม่ใช่เป็นเพียงการห้ามทำงานทุกชนิด แต่เป็นการหยุดพักฝ่ายวิญญาณ การรักษาคนป่วย การประกาศพระกิตติคุณ และการรื้อฟื้นดวงวิญญาณขึ้นมาใหม่ไม่ใช่การงานที่มุ่งหาประโยชน์ส่วนตัวของบุคคล แต่เป็นสิ่งที่เราต้องทำในวันสะบาโต แต่พวกฟาริสีและพวกธรรมาจารย์พิพากษาพระเยซูว่าละเมิดวันสะบาโต ในที่สุดคนเหล่านั้นก็สรุปว่าพระเยซูทรงต่อสู้กับพระเจ้า ซึ่งเป็นความเท็จอย่างสิ้นเชิง

บุคคลไม่สามารถรู้จักความจริงจากมุมมองที่มีอคติ

หลายคนไม่รู้ว่าเขากำลังเกิดผลแห่งความเท็จด้วยความหน้าซื่อใจคดและความลำเอียงในชีวิตประจำวันของตน ยกตัวอย่าง สมมุติว่าพี่ชายกับน้องชายคู่หนึ่งชกต่อยกัน ถ้าคุณถามคนที่เป็นพี่ชายว่า "ทำไมถึงชกต่อยกัน" เขาอาจตอบว่า "เพราะน้องชายของผมต่อยผมก่อน"

แต่ถ้าคุณถามน้องชาย เขาอาจตอบว่า “เพราะเขาพยายามจะแย่งของเล่นของผม ผมจึงต่อยเขา” ถ้าคุณดุด่าคนทีเป็นน้องชายด้วยการฟังคนทีเป็นพีชายเพียงฝ่ายเดียว คนทีเป็นน้องชายอาจรู้สึกว่าตนตกเปันเหยือ และถ้าพ่อแม่มีแนวโน้มทีจะรักพีชายมากกว่า หรือถ้าปกติน้องชายเป็นตัวสร้างปัญหา พ่อแม่อาจเชือคำพูดของพีชายเพียงฝ่ายเดียวมากกว่า แต่ถ้าพ่อแม่เป็นคนฉลาดเขาจะมองสถานการณ์ด้วยความยุติธรรมและซือสัตย์

นอกจากนัน หลายคนบิดเบือนข้อเท็จจริงเพือประโยชน์ส่วนตนหรือเพือหาประโยชน์จากความเห็นของเขา เพราะเขามีความโอนเอน คนเหล่านีจึงพูดความเท็จโดยไม่รู้ตัว ยกตัวอย่าง สมมุติว่าบางคนทีคุณรักถูกกล่าวหาว่าทำบางสิ่งบางอย่างผิด คุณจะแสดงปฏิกิริยาแบบใดออกมา? คุณมีแนวโน้มทีจะเห็นแย้งทันทีโดยพูดว่า “เป็นไปไม่ได้!” หรือคุณต้องการทีจะปกปิดความผิดของคนนันโดยพูดว่าเขาคงมีเหตุผลทีดีบางอย่าง

แต่ถ้าบุคคลนันเป็นคนทีคุณไม่ชอบหน้าเป็นพิเศษ สถานการณ์ดังกล่าวอาจแตกต่างออกไป คุณอาจฟังและยอมรับสิงทีคุณได้ยินแม้สิงนันไม่ใช่ความจริง นอกจากนี คุณอาจคิดว่า “เขาเคยทำผิดแบบนันมาก่อนและตอนนีดูเหมือนว่าเขาทำผิดซ้ำอีก” คุณอาจสร้างความชอบธรรมให้กับความขุ่นเคืองใจทีคุณมีกับเขาด้วยการพูดว่า “นันคือสาเหตุทีทำให้ผมไม่สามารถชอบบุคคลคนนีได้เลย” เนืองจากความโอนเอนอันเกิดจากความลำเอียงหรืออคติของคุณ แทนทีคุณจะพยายามแยกแยะความจริง คุณกลับมีแนวโน้มทีจะเชือแม้กระทังสิงทีชัวร้ายและพิพากษาบุคคลนัน

ผมขอยกอีกตัวอย่างหนึง สมมุติว่าคนบางคนทีคุณรู้จักเดินผ่านคุณไปเฉยๆ และเขาเดินหนีไปอย่างรวดเร็วโดยไม่สนใจคุณ เขาอาจยุ่งมากหรือเขาอาจกำลังคิดถึงบางสิงบางอย่างอยู่ เขาอาจมีปัญหาทาง

ด้านร่างกายและจำเป็นต้องหลีกเลี่ยงทุกคนในชั่วขณะหนึ่ง

แต่ถ้าเราไม่มีความรักต่อเขา ภายใต้สภาวะเช่นนั้นเรามีแนวโน้มที่จะพิพากษาเขา เราอาจคิดว่าการกระทำของเขาหยาบคายหรือตีความสิ่งนั้นไปอีกทางหนึ่งภายในประสบการณ์และอารมณ์ของเราเองโดยคิดว่า "เขาคงไม่พอใจผมเพราะผมไม่ได้ตอบสนองเขาในแง่บวกก่อนหน้านี้เมื่อเขาขอความช่วยเหลือจากผม" ยิ่งเราขาดความเมตตาและความรักมากเท่าใด เราก็จะใช้ความคิดฝ่ายเนื้อหนังภายในบริบทของความโอนเอนที่มีอคติของเรามากยิ่งขึ้นเท่านั้น ฉะนั้น เราจึงไม่สามารถได้ยินพระสุรเสียงของพระวิญญาณบริสุทธิ์และตาของเราก็จะถูกปิดและเราไม่สามารถค้นพบความจริง

อาจมีกรณีอื่นๆ ด้วยเช่นกัน ในสถานการณ์ที่คุณต้องเลือก ถ้าคุณโน้มเอียงไปสู่ทางเลือกที่คุณชื่นชอบอยู่แล้ว วิธีการพูดของคุณก็จะโอนเอียงไปหาทางเลือกนั้นเมื่อคุณขอคำแนะนำฝ่ายวิญญาณจากคนบางคน ดังนั้นสิ่งที่คุณต้องการถามอย่างแท้จริงจึงไม่ได้อยู่ที่ว่าอะไรคือน้ำพระทัยของพระเจ้า คุณแค่อยากถามว่าคุณสามารถดำเนินการไปตามที่คุณต้องการที่จะทำได้หรือไม่

ยกตัวอย่าง สมมุติว่าผู้เชื่อคนหนึ่งต้องการออกจากงานของเขาแต่ภรรยาของเขาไม่เห็นด้วย ดังนั้นเขาจึงไปหาศิษยาภิบาลเพื่อขอคำปรึกษา

เขาพูดว่า "อาจารย์ครับ บริษัทของผมไม่วิสัยทัศน์และผมไม่ชอบงานประเภทนี้ เป็นการยากที่จะดำเนินชีวิตแห่งความเชื่อเนื่องจากเวลาทำงานอันยาวนาน ผมอยากทำธุรกิจอย่างอื่น อาจารย์คิดอย่างไง?"

เมื่อศิษยาภิบาลได้ยินคำพูดเช่นนั้น เขาไม่สามารถตอบตรงๆ ว่า "ทำ" หรือ "อย่าทำ" ศิษยาภิบาลจะพูดอะไรได้ในเมื่อผู้เชื่อคนนั้นพูดไปแล้วว่าเขาต้องการที่จะทำธุรกิจอย่างอื่นเพื่อให้ดำเนินชีวิตในควา

มเชื่อได้ดีกว่า

ดังนั้น ศิษยาภิบาลจึงอาจพูดเพียงแค่ว่า "อ๋อ ครับผม ถ้าธุรกิจอย่างอื่นที่ว่านี้มีอนาคตและถ้าคุณสามารถใช้เวลามากขึ้นในการดำเนินชีวิตในความเชื่อ ฟังดูโอเคนะ แต่คุณต้องไม่รีบร้อนจนเกินไป คุณควรพิจารณาถึงหลายๆ สิ่งและฟังความเห็นของคนในครอบครัวของคุณด้วยเช่นกัน เหนือสิ่งอื่นใด คุณควรอธิษฐานด้วยใจร้อนรนมากพอที่จะได้รับการทรงนำจากพระเจ้าในการตัดสินใจของคุณ"

จากนั้น ชายคนนี้ก็กลับไปหาภรรยาของเขาอย่างรวดเร็วและบอกกับเธอว่า "ผมได้รับคำปรึกษาจากศิษยาภิบาลเกี่ยวกับงานของผมและท่านพูดว่าการทำธุรกิจที่แตกต่างออกไปจะเป็นผลดีเพราะจะมีอนาคตมากกว่าและผมสามารถดำเนินชีวิตคริสเตียนได้ดีกว่า ท่านแนะนำให้ผมอธิษฐานให้ดีกับคนในครอบครัวเพื่อรับการทรงนำจากพระเจ้า ดังนั้นขอให้อธิษฐานสำหรับเรื่องนี้!"

เขาพูดความจริงกับภรรยาของเขาหรือเปล่า? เปล่า นั่นไม่ใช่สิ่งที่เกิดขึ้น ภรรยาต้องการที่จะยับยั้งเขาโดยคิดว่าเขาอาจมีปัญหาเพราะเขากระทำการอย่างรีบเร่งเกินไป แต่เพื่อให้ทำในสิ่งที่เขาอยากจะทำ สามีจึงกำลังพูดโกหกกับภรรยาของเขาด้วยการบิดเบือนสิ่งที่ศิษยาภิบาลพูดบ้างเล็กน้อย ภรรยาไม่สามารถพูดสิ่งใดได้มากกว่านี้ในสถานการณ์ดังกล่าวและเธอก็ไม่มีทางเลือกอื่นนอกจากยอมให้เขาทำในสิ่งที่เขาต้องการ มีหลายคนที่พูดในแนวทางที่เอื้อประโยชน์สำหรับตนโดยไม่มีความเที่ยงตรงแม่นยำมากนักในรายละเอียดทุกด้าน ดังนั้น ก่อนที่เราจะให้คำแนะนำกับคนอื่น เราควรสามารถวินิจฉัยสิ่งเหล่านี้ในบุคคลแต่ละคน

การไม่มีความลำเอียงและความเท็จ

ผู้คนที่ประสบความสำเร็จส่วนใหญ่กล่าวถึงเคล็ดลับในความสำเร็จประการหนึ่งของเขาคือการมีความสัมพันธ์ระหว่างบุคคลที่ดีกับคน

อื่น การมีความสัมพันธ์ที่ดีเป็นสิ่งสำคัญอย่างยิ่ง ผู้คนที่มีปัญหากับคนอื่นมักจะพูดว่าปัญหาอยู่ที่คนอื่น แต่ถ้าคุณฟังความเห็นจากคนอื่นคุณจะได้ยินเรื่องราวที่แตกต่างออก ไป เราไม่สามารถตัดสินอย่างยุติธรรมและเที่ยงตรงได้ด้วยการฟังความเพียงข้างเดียว

เมื่อผมได้รับรายงานผมไม่ได้ด่วนสรุปด้วยการฟังความจากข้างเดียว สมมุติว่าบางคนทำรายงานเกี่ยวกับความผิดบางอย่างของอีกคนหนึ่ง แต่ถ้าผมฟังคนนั้นผมก็จะได้ยินเรื่องราวที่แตกต่างออกไป การดำเนินไปของเหตุการณ์ที่แท้จริงจะถูกเปิดเผยออกมาเมื่อผมฟังความจากทั้งสองฝ่าย แต่แน่นอน บางคนพยายามหาข้อแก้ตัวแม้จะเป็นที่ปรากฏชัดว่าเขาทำผิด แม้แต่ในสถานการณ์เช่นนี้ผมก็ไม่กล่าวหาเขา แต่ผมจะเชื่อเขา สาเหตุก็เพราะการที่ผมเชื่อเขาจะทำให้เขาได้รับการปลอบโยนในจิตใจของเขาเพื่อเขาจะมีกำลังเดินหน้าต่อไปและรับการเปลี่ยนแปลง

ทีนี้เราต้องทำสิ่งใดเพื่อจะเป็นอิสระจากความโอนเอียงของอคติหรือความเท็จ?

ประการแรก เราต้องจดจำไว้ว่าถ้าเราโน้มเอียงไปหาคนอ่อนแอนั้นเป็น “การโอนเอียง”

อพยพ 23:3 กล่าวว่า “ทั้งอย่าลำเอียงเข้าข้างคนจนในคดีของเขา” คำว่า “คนจน” ในข้อนี้ไม่ใช่เป็นเพียงคนที่ไม่ร่ำรวยเท่านั้น แต่หมายถึงคนที่อ่อนแอหรือคนที่ถูกละเลยทางสังคมด้วยเช่นกัน เราต้องไม่ยืนหยัดเพื่อคนรวยและคนมีอำนาจตามผลประโยชน์ของเรา แต่ในเวลาเดียวกันเราต้องไม่แสดงความลำเอียงต่อคนยากจนและคนอ่อนแอเพียงเพราะเขายากจนและอ่อนแอ

ปกติผู้คนจะคิดว่าการยืนหยัดเพื่อคนอ่อนแอเป็นสิ่งที่ถูกต้องเมื่อมีข้อโต้แย้งระหว่างคนมีอำนาจกับคนอ่อนแอ เขาถือว่าการยืนหยัดเพื่อคนมีอำนาจเป็นสิ่งที่น่าอายหรือสิ่งที่ขี้ขลาด

แต่สิ่งนี้ก็ไม่ถูกต้องเช่นกัน เราต้องวินิจฉัยและตัดสินทุกสิ่งด้วยมาตรฐานแห่งพระคำของพระเจ้า พระเจ้าต้องการให้เรามีการวินิจฉัยอย่างไม่โอนเอียงและเที่ยงตรงแม่นยำระหว่างสิ่งที่ถูกและสิ่งที่ผิด แต่ด้วยสายตาแห่งความรักและความเมตตาเท่านั้น

ต่อไปนี้เป็นเรื่องราวที่เกิดขึ้นเมื่อเรโหโบอัมโอรสของซาโลมอนขึ้นครองราชย์ ประชาชนเรียกร้องให้กษัตริย์ผ่อนการปรนนิบัติและแอกอันหนักหน่วงลง (1 พงศ์กษัตริย์ 12:3-4) ประชาชนอิสราเอลกำลังทนทุกข์กับงานก่อสร้างที่เกินเลยซึ่งซาโลมอนได้ทำไว้

ถ้าเรโหโบอัมรักประชาชนและยำเกรงพระเจ้าจริง เขาควรพิจารณาดูว่าภาษีควรมีการจัดเก็บมากน้อยเท่าไหร่และประชาชนควรใช้แรงงานมากแค่ไหนและจากนั้นพยายามมองหาทางออกที่ดี แต่เขาไม่ทำเช่นนั้น

เขาบอกให้ประชาชนกลับมาหลังจากสามวันและหารือกับพวกผู้ใหญ่ที่เคยปรนนิบัติซาโลมอนบิดาของเขาและเพื่อนฝูงของเขาที่เป็นคนหนุ่ม พวกผู้ใหญ่แนะนำให้กษัตริย์ทำตามข้อเรียกร้องของประชาชน แต่พวกคนหนุ่มเรียกร้องให้กษัตริย์ใช้มาตรการที่รุนแรงมากขึ้นเพื่อทำให้ประชาชนเชื่อฟังเขา เรโหโบอัมผู้โง่เขลาเมินเฉยต่อคำแนะนำที่ฉลาดของพวกผู้ใหญ่และทำตามคำพูดของเพื่อนๆ

กษัตริย์กล่าวกับประชาชนว่า "พระราชบิดาของเราทำแอกของท่านทั้งหลายให้หนัก แต่เราจะเพิ่มให้แก่แอกของท่านทั้งหลายอีก พระราชบิดาของเราตีสอนท่านทั้งหลายด้วยไม้เรียว แต่เราจะตีสอนท่านทั้งหลายด้วยแส้แมงป่อง" (1 พงศ์กษัตริย์ 12:14) ผลลัพธ์ก็คือคนอิสราเอลสิบเผ่าหันหลังให้กับเรโหโบอัมผู้ไร้ซึ่งความรักหรือความเมตตา คนเหล่านั้นแต่งตั้งเยโรโบอัมให้เป็นกษัตริย์ของตนและเริ่มต้นอาณาจักรเหนือของอิสราเอล

ประการที่สอง เพื่อไม่ให้มีความโอนเอียงหรือความเท็จที่เต็มด้วยอคติ เราต้องไม่ด่วนตัดสินบนพื้นฐานของสิ่งที่คนอื่นบอกเรา

ถ้าเรามีความลำเอียง อคติ หรือความไม่เที่ยงธรรม เราจะไม่สามารถวินิจฉัยความจริงได้อย่างถูก ต้องแม้เราจะเห็นหรือได้ยินเหตุการณ์ที่เกิดขึ้นโดยตรงก็ตาม ถ้าเราด่วนสรุปบนสมมุติฐานของเราหรือจากข้อมูลที่คนอื่นป้อนให้เรา เรามีโอกาสที่จะผิดพลาด

เรื่องราวต่อไปนี้เกิดขึ้นเมื่อคนอิสราเอลกำลังเข้ายึดครองแผ่นดินคานาอัน หลังจากเขายึดครองเมืองเยรีโคและเมืองอัยแล้ว ผู้คนในแผ่นดินคานาอันรู้สึกถูกคุกคามและเขาได้สร้างพันธมิตรขึ้นมาเพื่อต่อสู้กับคนอิสราเอล แต่คนกิเบโอนซึ่งอาศัยอยู่ทางทิศตะวันตกเฉียงเหนือของเยรูซาเล็มต้องการที่จะมีสนธิสัญญาสันติภาพกับอิสราเอล

พระเจ้าทรงสั่งไปแล้วว่าห้ามอิสราเอลทำสนธิสัญญาไม่ว่าในเรื่องใดก็ตามเพราะกลัวว่าคนอิสราเอลจะแปรอะเปื้อนด้วยธรรมเนียมปฏิบัติของคนคานาอัน แต่มีการอนุญาตให้เขาอยู่ทำสัญญาสันติภาพกับผู้คนที่อาศัยอยู่ห่างไกลจากแผ่นดินคานาอัน คนกิเบโอนเข้าใจความจริงข้อนี้และเขามาหาอิสราเอลด้วยแนวคิดหลักแหลม

เขาส่งทูตมายังอิสราเอลพร้อมขนมปังและมีราขึ้นพร้อมกับเสื้อผ้าที่เก่าขาดในความพยายามที่จะทำให้คนอิสราเอลเชื่อว่าเขามาจากดินแดนที่ห่างไกล (โยชูวา 9:3-6) โยชูวาและประชาชนรู้สึกโล่งใจหลังจากที่เห็นรูปลักษณ์ภายนอกของคนเหล่านั้น

โยชูวาตัดสินใจทำสัญญาสันติภาพกับคนเหล่านั้นโดยไม่ได้สืบดูเรื่องนั้นในรายละเอียดให้มากหรือทูลถามพระเจ้า สามวันต่อมาเขารับรู้ว่าคนเหล่านั้นคือคนกิเบโอน แต่เขาได้ทำสัญญาสันติภาพไปแล้ว สิ่งนี้ส่งผลให้คนอิสราเอลต้องยอมให้คนกิเบโอนอาศัยอยู่ในเมืองของตนซึ่งเขาควรเข้าไปยึดครองเอาไว้

ถ้าเราเพียงแต่เชื่อสิ่งที่คนอื่นบอกเราโดยไม่สอบถามเรื่องนั้นในแ

ชิงลึก เรามีโอกาสที่จะวินิจฉัยผิดพลาด สิ่งนี้ประยุกต์ใช้กับชีวิตประจ ำวันของเราด้วยเช่นกัน ถ้าเราคิดว่าเราจะได้รับประโยชน์อย่างมากเ ราก็มักมีแนวโน้มที่จะเชื่อคนอื่นได้ง่ายขึ้น

ยกตัวอย่าง ถ้าคุณลงทุนด้วยเงินก้อนใหญ่บนพื้นฐานของสิ่งที่คุณ ได้ยินมาจากใครบางคน คุณจะโทษใครได้เมื่อคุณถูกโกงเงินของคุ ณไปหรือถ้าคุณประสบกับการขาดทุนอย่างใหญ่หลวง? ถ้าคุณได้รั บข้อมูลเกี่ยวกับโอกาสทางธุรกิจ คุณควรนำข้อมูลนั้นไปพิจารณาแล ะคุณต้องตรวจสอบข้อมูลนั้นในทุกๆ ด้าน คุณต้องพิจารณาดูว่าหุ้น ส่วนทางธุรกิจไว้ใจได้หรือไม่และธุรกิจนั้นจะให้ผลกำไรจริงหรือไม่ หลักการเช่นนี้ไม่ได้ประยุกต์ใช้กับธุรกิจเท่านั้น เราต้องระมัดระวังใ นการวินิจฉัยของเราเกี่ยวกับสิ่งที่เราเห็นและสิ่งที่เราได้ยินเพื่อเราจะ สามารถมีจิตใจที่ซื่อตรงและเที่ยงธรรม

ประการสุดท้าย เพื่อไม่ให้มีความโอนเอียงหรือความเท็จที่เต็มด้วยอคติ เราต้องกำจัดความรู้สึกโกรธเคืองและแรงจูงใจที่เห็นแก่ตัวทิ้งไป

ผู้คนส่วนใหญ่มีมาตรฐานที่ผ่อนปรนมากกว่าสำหรับผู้คนที่ใกล้ชิ ดกับเขาหรือผู้คนที่ปฏิบัติกับเขาเป็นอย่างดี ยกตัวอย่าง ถ้าคนบางค นที่ไม่ได้ใกล้ชิดกับเราละเมิดระเรียบกฎเกณฑ์ เราจะพูดว่า "เขาเป็นคนจองหอง เขาไม่ทำตามกฎเกณฑ์และทำตัวไม่เหมาะสม" แต่ถ้าคนในครอบครัวของเราหรือเพื่อนสนิทของเราละเมิดกฎ เราจ ะคิดว่าเขาคงมีเหตุผลบางอย่าง

เรามีคำพูดว่า "การต่อสู้ของเด็กลุกลามไปเป็นการต่อสู้ของพ่อแม่ ในไม่ช้า" เมื่อลูกเขาถูกชกต่อยนอกบ้าน อารมณ์ของพ่อแม่ก็ระเบิด ลุกลามก่อนที่เขาจะคิดว่าใครถูกใครผิด พ่อแม่ไม่คิดว่าลูกของตนจะ ชกต่อยเด็กคนอื่น แต่เขาโกรธแค้นเพราะลูกของตนถูกชกต่อย

ในการประชุม ถ้าคนบางคนที่เราไม่ชอบเสนอแนวคิด ด้วยอคติข

องเราเราจะมองเห็นแค่ด้านลบของแนวคิดนั้น ในทางตรงกันข้าม ถ้าเพื่อนสนิทของเราเสนอแนวคิด เราจะมองเห็นเฉพาะจุดดีเท่านั้น

เมื่อเราพูดบางสิ่งหรือคิดเกี่ยวกับบางสิ่ง ถ้าเรารู้สึกถึงความขุ่นเคืองใจหรือแรงจูงใจที่เห็นแก่ตัว เราต้องระมัดระวังและตรวจสอบตนเองอีกครั้งหนึ่ง โดยเฉพาะอย่างยิ่งถ้าเกี่ยวข้องกับคนที่เรารักหรือเพื่อนสนิทของเรา เราต้องสามารถทำและพูดด้วยความยุติธรรมและความเป็นธรรมมากขึ้น ผู้คนที่อยู่ในตำแหน่งผู้นำในบริษัทหรือองค์กรควรระมัดระวังให้มากขึ้น เขาอาจคิดว่าการตัดสินใจของตนเป็นธรรม แต่คนอื่นอาจคิดต่างออกไป

การแยกแยะระหว่างความจริงกับความเท็จ

ถ้าเรากำจัดความชั่วทิ้งไปและรับการชำระให้บริสุทธิ์ เราก็สามารถวินิจฉัยจิตใจของมนุษย์และมองเห็นภาพรวมของสถานการณ์บางอย่าง เราจะสามารถวินิจฉัยจิตใจของคนอื่นตามความจริงผ่านการดลใจของพระวิญญาณบริสุทธิ์

ด้วยเหตุนี้ เพื่อให้เข้าใจพระประสงค์ของพระเจ้าโดยปราศจากอคติหรือความลำเอียง เราต้องได้รับการชำระให้บริสุทธิ์ก่อนเป็นอันดับแรก กล่าวคือ เราต้องกำจัดความบาปและความชั่วทุกรูปแบบออกไปจากจิตใจของเรา เช่น ความเกลียดชัง ความอิจฉา ความโลภ การพิพากษา การประณาม ทิฐิมานะ และความหยิ่งผยอง เป็นต้น เราสามารถวินิจฉัยอย่างถูกต้องเมื่อเราคิดในความดีในทุกสิ่งและวินิจฉัยความจริงด้วยการทำงานของพระวิญญาณบริสุทธิ์ จากนั้นเราจะไม่พิพากษาหรือกล่าวประณามเพราะเราจะคิดใคร่ครวญทุกสิ่งอย่างถี่ถ้วนด้วยความดี ไม่เช่นนั้นเราก็จะตัดสินทุกสิ่งตามมาตรฐานของเราซึ่งจะทำให้เราเข้าใจคนอื่นผิดหรือสร้างความไม่พอใจให้กับคนอื่น

พระเยซูตรัสไว้ในมัทธิว 7:5 ว่า "ท่านคนหน้าซื่อใจคด จงชักไม้

ทั้งท่อนออกจากตาของท่านก่อน แล้วท่านจะเห็นได้ถนัด จึงจะเขี่ยผง ออกจากตาพี่น้องของท่านได้" เมื่อเราไม่มีความรักอยู่ในเรา เราก็ไม่ สามารถมองเห็นท่อนไม้ในตาของเรา แต่เราจะมองเห็นเฉพาะผงใน ตาของคนอื่นด้วยความโอนเอียงและความเท็จ

ด้วยเหตุนี้ ขอให้เรามีความรักและความเมตตาเพื่อเราจะไม่พิพา กษาหรือกล่าวประณามผู้หนึ่งผู้ใดด้วยอคติหรือความลำเอียง ผมหวัง ว่าคุณจะกำจัดแม้กระทั่งความชั่วที่ซ่อนลึกอยู่ในจิตใจของคุณทิ้งไป เพื่อจะมีจิตใจที่งดงามและวินิจฉัยทุกสิ่งด้วยความยุติธรรมและความ ซื่อสัตย์

บทที่ 8

ผลแห่งความชอบธรรมที่หว่านลงในสันติสุข

ทำสิ่งที่ถูกต้องในสายพระเนตรของพระเจ้า

ความชอบธรรมในสายพระเนตรของพระเจ้า

เพื่อเก็บเกี่ยวผลแห่งความชอบธรรมที่หว่านลงในสันติสุข

เกิดผลแห่งความชอบธรรมอย่างบริบูรณ์ในสติปัญญาที่ดีงาม

พระพรสำหรับผู้สร้างสันติ

"และผลแห่งความชอบธรรมก็หว่านลงในสันติสุข
ของคนเหล่านั้นที่ก่อให้เกิดสันติสุข"

(ยากอบ 3:18)

ไม่มีใครเทน้ำมันลงไปบนบ้านที่กำลังถูกไฟไหม้ แม้จะรู้จักหลักการข้อนี้แต่บางครั้งหลายคนก็ยังประพฤติตนแบบนี้อยู่ ยกตัวอย่างเมื่อคนหนึ่งกำลังโกรธ คนเหล่านี้จะพูดบางสิ่งที่ยั่วยุให้คนนั้นโกรธมากยิ่งขึ้น

สามีภรรยาอาจทะเลาะกันในเรื่องเล็กๆ น้อยๆ และอาจพูดโพล่งออกมาอย่างไม่ตั้งใจว่า "เราแยก กันดีกว่า!" สิ่งนี้เป็นเหมือนการสาดน้ำมันลงไปบนกองเพลิง ถ้อยคำเหล่านี้เป็นคำพูดก้าวร้าวที่ปลุกปั่นความโกรธของอีกคนหนึ่งให้ปะทุเพิ่มขึ้น สิ่งนี้จะทำให้สถานการณ์เลวร้ายลงเพียงอย่างเดียวและการทะเลาะจะไม่จบสิ้น ถ้าเรามีสติปัญญาแห่งสันติสุขเราจะสามารถอยู่อย่างสงบกับทุกคนในทุกสถานการณ์ด้วยการเข้าใจและยอมรับคนเหล่านั้น

ทำสิ่งที่ถูกต้องในสายพระเนตรของพระเจ้า

ยากอบ 3:17-18 กล่าวว่า "แต่ปัญญาจากเบื้องบนนั้นบริสุทธิ์เป็นประการแรก แล้วจึงเป็นความสงบสุข สุภาพและว่าง่าย เปี่ยมด้วยความเมตตาและผลอันดี ไม่มีความลำเอียง ไม่หน้าซื่อใจคด และผลแห่งความชอบธรรมก็หว่านลงในสันติสุขของคนเหล่านั้นที่ก่อให้เกิดสันติสุข"

ความสงบสุขในข้อ 17 ส่วนใหญ่เป็นความสงบสุขกับคนอื่นและสันติสุขในข้อ 18 เกี่ยวข้องกับพระเจ้า การมีสันติสุขกับพระเจ้าหมายความว่าเราไม่มีอุปสรรคของความบาปขวางกั้นระหว่างพระเจ้ากับเรา เมื่อเราเพาะบ่มผลต่างๆ ที่อยู่ในข้อ 17 เอาไว้ (ซึ่งได้แก่ ความบริสุทธิ์ ความสงบสุข สุภาพและว่าง่าย เปี่ยมด้วยความเมตตาและผลอันดี ไม่มีความลำเอียง ไม่หน้าซื่อใจคด) จากนั้น เราก็จะเป็นผู้สร้างสันติ สิ่งที่เราหว่านลงในสันติสุข เราจะเก็บเกี่ยวในความชอบธรรม

แต่บางครั้งผู้คนคิดถึงการมีความสงบสุขกับมนุษย์เท่านั้นและทำ

ลายสันติสุขกับพระเจ้า ในขณะที่เขากำลังละเมิดความจริงและประนีประนอมกับความอธรรม เขาคิดว่าเขาฉลาดเพราะเขามีความสงบสุข หรือบางครั้งจิตใจของเขาอ่อนไหวในความสัมพันธ์ของเขากับคนอื่นและเขาละเมิดพระคำของพระเจ้า

ตัวอย่างที่ดีของเรื่องนี้ได้แก่คนที่เอาตัวเองไปเป็นผู้ค้ำประกันให้กับข้อตกลงของอีกคนหนึ่งหรือบุคคลที่ให้คนอื่นกู้ยืมเงิน พระคัมภีร์ห้ามไม่ให้เราเป็นผู้ค้ำประกันหนี้ให้กับอีกคนหนึ่งและไม่ให้เป็นหนี้เว้นแต่หนี้แห่งความรัก สุภาษิต 22:26 กล่าวว่า "อย่าเป็นพวกที่เป็นผู้ค้ำประกัน อย่าเป็นพวกผู้เป็นประกันหนี้สิน" โรม 13:8 กล่าวว่า "อย่าเป็นหนี้อะไรใครนอกจากความรักซึ่งมีต่อกัน เพราะว่าผู้ที่รักคนอื่นก็ทำให้พระราชบัญญัติสำเร็จแล้ว" ผมสอนผู้คนในคริสตจักรมาตั้งแต่แรกว่าอย่ากู้ยืมเงินกันในหมู่พี่น้องแห่งความเชื่อ ไม่เช่นนั้นผู้คนจะสะดุด

แต่ถ้าเพื่อนสนิทของเขาขอให้เขาเป็นผู้ค้ำประกันหรือขอกู้ยืมเงินเพื่อธุรกิจของตน บางคนลืมถ้อยคำเหล่านี้ การเป็นผู้ค้ำประกันหนี้ไม่ใช่ความรักเพราะพี่น้องของคุณกำลังอยู่ในความยุ่งยากและเขากำลังขอให้คุณช่วย นี่เป็นการไม่ฉลาดและคุณกำลังก่อความยุ่งยากให้กับตนเอง บางทีถ้าคุณรักเขามากคุณก็สามารถให้ในสิ่งที่เขาต้องการไม่เช่นนั้นคุณจะมีความยุ่งยากเพราะเรื่องเงินและคุณจะมีความเป็นปฏิปักษ์ต่อกัน

เหตุการณ์เช่นนี้เกิดขึ้นเพราะเขาคิดถึงความสงบสุขกับมนุษย์ก่อนสันติสุขกับพระเจ้า เราควรวินิจฉัยอย่างถูกต้องเช่นกันระหว่างการประนีประนอมกับโลกเพื่อประโยชน์ส่วนตัวของเราและการสร้างสันติเพื่อสง่าราศีของพระเจ้า

สหายทั้งสามคนของดาเนียลถูกจับไปเป็นเชลยที่บาบิโลนตั้งแต่เยาว์วัยและกระนั้นคนเหล่านั้นก็พยายามที่จะดำเนินชีวิตด้วยพระบัญ

ญัติของพระเจ้า เพราะเหตุนี้พระเจ้าจึงทรงทำให้เขาฉลาด วันหนึ่งคนเหล่านั้นเผชิญกับการท้าทายเรื่องความเชื่อของตน เขาตกอยู่ในอันตรายของการถูกโยนลงไปในเตาเพลิงเว้นแต่เขาจะยอมกราบไหว้รูปเคารพที่กษัตริย์จัดตั้งไว้ คนเหล่านั้นไม่สามารถกราบไหว้รูปเคารพแม้แต่ครั้งเดียวเพียงเพื่อให้มีความสงบสุขกับกษัตริย์ แต่สิ่งนี้เป็นความบาปร้ายแรงในสายพระเนตรของพระเจ้าและเป็นการทำลายสันติสุขกับพระเจ้า

คนเหล่านั้นเลือกการมีสันติสุขกับพระเจ้าด้วยการเอาชีวิตของตนเข้าเสี่ยงจากการที่เขาทำลายความสงบสุขกับกษัตริย์ ผลลัพธ์ก็คือพระเจ้าทรงเปิดเผยความชอบธรรมของเขาอย่างยิ่งใหญ่ กษัตริย์โกรธกริ้วมากเนื่องจากคนเหล่านั้นไม่ฟังตนและสั่งให้โยนทั้งสามคนลงไปในเตาเพลิงที่ร้อนแรงยิ่งกว่าไฟธรรมดาถึงเจ็ดเท่า แต่คนเหล่านั้นไม่ได้รับอันตรายใดๆ เลย แม้แต่เส้นผมของเขาก็ไม่หงิกงอ หลังจากเห็นการอัศจรรย์ กษัตริย์ได้ถวายสง่าราศีแด่พระเจ้าอย่างยิ่งใหญ่และแต่งตั้งคนทั้งสามให้อยู่ในตำแหน่งสูงขึ้น (ดาเนียล 3:28-30)

เมื่อเขารักษาสันติสุขกับพระเจ้าเอาไว้ เขาไม่ได้รับเฉพาะพระพรเท่านั้นแต่เขายังกลายเป็นผู้สร้างสันติระหว่างพระเจ้ากับคนอื่นด้วยเช่นกัน

เพื่อให้เราเป็นผู้สร้างสันติ การประพฤติตนในความชอบธรรมของพระเจ้าแทนที่จะเป็นความชอบธรรมของมนุษย์เป็นสิ่งสำคัญ อพยพ 15:26 กล่าวว่า "ถ้าเจ้าทั้งหลายฟังพระสุรเสียงของพระเยโฮวาห์พระเจ้าของเจ้าอย่างขะมักเขม้น และกระทำสิ่งที่ถูกต้องในสายพระเนตรของพระองค์..." ข้อนี้บอกเราว่าความชอบธรรมในสายพระเนตรของพระเจ้ากับในสายตาของมนุษย์นั้นแตกต่างกัน

คนไม่เชื่อส่วนใหญ่จะพูดว่าการแก้แค้นเป็นสิ่งที่ถูกต้อง แต่พระเ

จ้าตรัสว่าการรักทุกคนแม้กระทั่งศัตรูของเราคือสิ่งที่ถูกต้อง ผู้คนพูดว่าคนหนึ่งเป็นคนชอบธรรมถ้าเขาไม่ปิดบังในเรื่องความเชื่อของตน แต่พระเจ้าไม่ได้ตรัสว่าบุคคลเช่นนั้นถูกต้องถ้าเขาทำลายความสงบสุขด้วยการพยายามยืนกรานว่าสิ่งที่ตนเองคิดนั้นถูกต้อง

ความชอบธรรมในสายพระเนตรของพระเจ้า

โดยมาตรฐานฝ่ายโลกมีการพูดว่าบุคคลไม่ได้ชั่วร้ายตราบใดที่เขาไม่ได้ก่อความผิดออกมาเป็นการกระทำแม้จิตใจของเขาจะมีความชั่วอย่างความเกลียดชัง ความโกรธ ความอิจฉา การวิวาท ตัณหา และความโลภอยู่ก็ตาม แต่พระเจ้าตรัสว่าคนหนึ่งเป็นคนอธรรมตราบใดที่เขามีความชั่วอยู่ในจิตใจของตนไม่ว่าเขาทำบาปนั้นด้วยการกระทำหรือไม่ก็ตาม เหมือนที่กล่าวไปแล้วว่าความชอบธรรมของมนุษย์กับความชอบธรรมของพระเจ้านั้นแตกต่างกัน

ปัญญาจารย์ 12:13 กล่าวว่า "ให้เราฟังตอนสรุปความกันทั้งสิ้นแล้ว คือจงยำเกรงพระเจ้า และรักษาพระบัญญัติของพระองค์ เพราะนี่แหละเป็นหน้าที่ทั้งสิ้นของมนุษย์" พระคัมภีร์บอกให้เราทำสิ่งนี้หรืออย่าทำสิ่งนั้น ให้รักษาสิ่งนี้ หรือให้ละทิ้งสิ่งนั้น เช่น จงอธิษฐาน จงรัก อย่าขโมย อย่าล่วงประเวณี จงรักษาวันสะบาโต และจงละเว้นจากความชั่วทุกรูปแบบ เป็นต้น ถ้าเราดำเนินชีวิตด้วยพระคำเหล่านี้ สิ่งนี้คือการเพาะบ่มความชอบธรรมในสายพระเนตรของพระเจ้าเอาไว้

เมื่อความชอบธรรมของมนุษย์กับความชอบธรรมของพระเจ้าแตกต่างกัน เราต้องติดตามสิ่งที่ถูกต้องในสายพระเนตรของพระเจ้า แต่ในความเป็นจริงหลายคนเลือกสิ่งที่ถูกต้องในสายตาของตนเอง

บางคนพูดว่าเขาเชื่อในพระเจ้า แต่เขาไม่มีปัญหากับการไหว้รูปเคารพ การไหว้บรรพบุรุษ หรือการไปหาหมอดู เขาเห็นว่าสิ่งเหล่านี้เป็นเพียงธรรมเนียมหรือประเพณี หรือเขาพูดว่าถ้าเราทำให้คนในค

รอบ ครัวที่ยังไม่เชื่อไม่พอใจด้วยการไม่ไหว้รูปเคารพ สิ่งนี้จะทำให้การประกาศกับคนในครอบครัวยากขึ้น ในแง่วิญญาณจิตสิ่งนี้เป็นการยอมจำนนต่อผีมารซาตาน ถ้าสันติสุขกับพระเจ้าถูกทำลายลงพระเจ้าก็ไม่สามารถทำการอีกต่อไปและการประกาศกับครอบครัวก็จะล่าช้าออกไป

สุภาษิต 16:7 กล่าวว่า "เมื่อทางของมนุษย์เป็นที่โปรดปรานแด่พระเยโฮวาห์ แม้ศัตรูของเขานั้นพระองค์ก็ทรงกระทำให้คืนดีกับเขาได้" ข้อนี้กล่าวว่าเมื่อเรามีสันติสุขกับพระเจ้าก่อนเราก็สามารถมีสันติสุขกับคนอื่นด้วยเช่นกัน ถ้าเราทำลายสันติสุขกับพระเจ้าเพื่อจะมีสันติสุขกับมนุษย์ สันติสุขแบบนี้จะถูกทำลายลงได้ทุกเมื่อและไม่เป็นประโยชน์กับเราเลย

เพื่อเก็บเกี่ยวผลแห่งความชอบธรรมที่หว่านลงในสันติสุข

แน่นอน เมื่อเราไม่ยอมกราบไหว้รูปเคารพ ผลลัพธ์ที่เกิดขึ้นอาจแตกต่างกันออกไปตามความฉลาดแห่งการกระทำของเรา ถ้าเราสามารถโน้มน้าวคนในครอบครัวของเราด้วยคำพูดที่ดีและฉลาดโดยความช่วยเหลือของพระวิญญาณบริสุทธิ์ สิ่งนี้จะดีมาก แต่ถ้าไม่ได้เป็นเช่นนั้นการเงียบไว้คือสิ่งที่ดีกว่า เมื่อเราอธิษฐานอย่างเงียบๆ และเป็นความสว่างและเป็นเกลือพร้อมกับสะสมความดีเอาไว้ต่อพระพักตร์พระเจ้า จากนั้นคนในครอบครัวจะมีโอกาสได้รับความรอด

แต่บางคนกระทำการอย่างรีบเร่งและไม่ประสบความสำเร็จ เขายืนกรานอยู่กับความเห็นของตนโดยใช้คำพูดหรือการทะเลาะอย่างรุนแรงด้วยอารมณ์วู่วามซึ่งทำร้ายความรู้สึกของคนในครอบครัว ถ้าการประกาศกับครอบครัวล่าช้าไปแบบนั้น เราควรเข้าใจว่าเรากำลังทำให้สิ่งต่างๆ ล่าช้าไปและทำให้สิ่งเหล่านี้วนเวียนกลับไปซ้ำแล้วซ้ำอีก แม้คุณจะเป็นฝ่ายถูก แต่การก่อความยุ่งยากให้กับตนเองด้วยการทำ

สิ่งที่ไม่จำเป็นภายในกรอบแห่งความชอบธรรมของคุณเองถือว่าไม่ใช่สติปัญญา

พระเยซูทรงดีพร้อมในถ้อยคำและการกระทำทั้งสิ้นของพระองค์ ดังนั้นไม่มีผู้ใดหาเหตุเพื่อใส่ร้ายพระองค์ได้ พระองค์ไม่ได้แสดงการกระทำที่ไม่บังควรต่อผู้หนึ่งผู้ใด พระองค์กระทำการหลายอย่างโดยไม่ได้ก่อปัญหาใด พระองค์ทรงควบคุมเหนือสถานการณ์ทุกอย่างของพระองค์ด้วยสันติสุขและความสงบ

แม้เรารักพระเจ้าและพยายามที่จะทำให้ความชอบธรรมของพระองค์สำเร็จ แต่เราอาจทำร้ายความรู้สึกของคนอื่นหรือทำลายจิตใจของเขาตราบใดที่เรามีคำพูดและการกระทำที่ไม่ดีพร้อม ด้วยเหตุนี้เราจึงไม่ควรพูดว่า "เขาไม่พอใจเมื่อผมพูดเฉพาะสิ่งที่ถูกเท่านั้น ถ้าเช่นนั้นผมก็ช่วยอะไรไม่ได้" เราต้องใคร่ครวญดูวิธีการประพฤติตนของพระเยซูเพื่อเราจะได้รับคำตอบด้วยสติปัญญา

เราไม่เพียงแต่ต้องเลือกเฉพาะสิ่งที่ถูกต้องกว่าในสายพระเนตรของพระเจ้าเท่านั้น แต่เราต้องมีสติปัญญาที่ดีในเรื่องกรรมวิธีด้วยเช่นกัน จากนั้นเราก็สามารถมีคำตอบและพระพรได้รวดเร็วขึ้นและเราสามารถอยู่อย่างสงบกับทุกคน

สันติสุขกับพระเจ้าไม่ใช่เฉพาะระหว่างพระเจ้ากับเราเท่านั้น แต่สิ่งนี้ยังเชื่อมโยงกับการเป็นคนสัตย์ซื่อต่อสิ่งสารพัดในชุมชนทั้งสิ้นของพระเจ้าด้วยเช่นกัน การเป็นคนสัตย์ซื่อต่อสิ่งสารพัดในชุมชนทั้งสิ้นของพระเจ้าหมายถึงการที่เราสัตย์ซื่อในชีวิตทุกด้านของเรา คนที่สัตย์ซื่อเช่นนี้จะมีสันติสุขกับคนอื่นโดยผ่านการรับใช้ การเสียสละ ความรัก และความเอื้อเฟื้อเผื่อแผ่ ถ้าเรามีสันติสุขกับพระเจ้าด้วยวิธีนี้ สิ่งนี้จะเป็นความชอบธรรมของเรา เราจะมีความมั่นใจต่อพระพักตร์ของพระเจ้าในฝ่ายวิญญาณ ดังนั้น เราจึงได้รับคำตอบสำหรับสิ่งใดก็ตามที่เราทูลขอและเกิดผลแห่งพระพรในทุกที่ทุกแห่ง

เกิดผลแห่งความชอบธรรมอย่างบริบูรณ์ในสติปัญญาที่ดีงาม

เริ่มต้นกับอาดัม มนุษย์ทุกคนเป็นคนบาปโดยธรรมชาติและเราไม่สามารถมีสันติสุขกับพระเจ้าผู้บริสุทธิ์ แต่พระเยซูผู้ไม่มีบาปได้สิ้นพระชนม์เพื่อเราบนกางเขนเพื่อลบล้างพระอาชญาให้กับความบาปของเรา พระองค์ทรงเปิดหนทางแห่งการเป็นบุตรของพระเจ้าและการมีสันติสุขกับพระเจ้าให้แก่เราด้วยการเชื่อวางใจในพระเยซูคริสต์

โรม 5:1 กล่าวว่า “เหตุฉะนั้นเมื่อเราเป็นคนชอบธรรมเพราะความเชื่อแล้ว เราจึงมีสันติสุขกับพระเจ้าทางพระเยซูคริสต์องค์พระผู้เป็นเจ้าของเรา” ที่นี้เราต้องทำสิ่งใดเพื่อจะมีสันติสุขกับพระเจ้า?

การได้รับการยกโทษความบาปของเราไม่ใช่จุดจบ เมื่อเราเป็นผู้ชอบธรรมโดยความเชื่อเราต้องเติบโตขึ้นเพื่อจะมีความเชื่อแท้จริงที่มาพร้อมกับการประพฤติ เราต้องกำจัดความบาปและความชั่วทิ้งไปและเพาะบ่มลักษณะแห่งความชอบธรรมของพระเจ้าไว้ในจิตใจของเรา ถ้าเรายังอยู่ในความบาป สันติสุขของเรากับพระเจ้าจะถูกทำลาย

พระเจ้าทรงสละพระบุตรองค์เดียวของพระองค์เพื่อจะมีสันติสุขกับเราและเราไม่ควรทำลายสันติสุขนี้ในส่วนของเรา เราควรกำจัดความบาปและความชั่วทั้งสิ้นทิ้งไปอย่างรวดเร็ว ในการทำเช่นนั้นเราจะมีสันติสุขกับพระเจ้ามากขึ้นและมีความสัมพันธ์ที่ลึกซึ้งยิ่งขึ้นกับพระองค์ เราควรอุดมไปด้วยผลของความ ชอบธรรมเหมือนกับอับราฮัม

จิตใจของอับราฮัมงดงามในสายพระเนตรของพระเจ้า ท่านสามารถยอมรับผู้คนมากมาย ครั้งหนึ่งคนใช้ของอาบีเมเลคกษัตริย์ของเก-ราห์ยึดเอาบ่อน้ำของอับราฮัม เพราะเหตุนี้อับราฮัมจึงร้องเรียนไปยังอาบีเมเลค

อาบีเมเลคกล่าวว่าท่านไม่ทราบถึงสิ่งที่คนใช้ของท่านได้กระทำ (ปฐมกาล 21:26) และอับราฮัมไม่ ได้พูดสิ่งใดอีก อับราฮัมไม่ต้องการทำให้อาบีเมเลคอับอายหรือรับการชดเชยจากท่าน อับราฮัมเพียง

แต่ต้องการชี้ให้เห็นถึงสิงทีเกิดขึ้นเพือสิงเดียวกันจะไม่เกิดขึ้นอีกอับราฮัมทำพันธสัญญากับอาบีเมเลคเกียวกับบ่อน้ำด้วยการถวายแกะและวัวผู้แก่ท่านเพือจะไม่มีความเข้าใจผิดใดๆ

ในขณะทีร้องเรียนนั้นอับราฮัมยังคงมุ่งหาสันติสุขและในขณะทีมุ่งหาสันติสุขท่านทำทุกอย่างให้ชัดเจนระหว่างทั้งสองฝ่ายเนืองจากความผิดของคนใช้ของท่าน อาบีเมเลคจึงอยู่ในสถานะทีต้องแสดงความรับผิดชอบในการชดเชยให้กับอับราฮัมสำหรับบ่อน้ำ แต่ตรงกันข้าม อับราฮัมกลับถวายแกะและวัวผู้ให้กับอาบีเมเลค ด้วยวิธีนีอาบีเมเลคจึงยอมจำนนจากจิตใจของท่าน ท่านตักเตือนคนใช้ของท่านเพือไม่ให้เขายึดเอาบ่อน้ำของอับราฮัมอีก ด้วยวิธีนีอับราฮัมได้กระทำทุกสิงอย่างพิถีพิถันด้วยสติปัญญาแห่งความดี

ถ้าเรามีสติปัญญาแห่งความดีทีจะสร้างสันติ เราก็สามารถทำให้แผ่นดินของพระเจ้าสำเร็จได้รวดเร็วยิ่งขึ้น แม้จะมีคนทีต่อสู้ขัดขวางเรา เราก็สามารถนำเขามาอยู่ฝ่ายเราได้เมือเรามีจิตใจทีพร้อมด้วยสติปัญญาแห่งความดี เราจะได้รับสติปัญญาเช่นนั้นเมือเรามีความเอือเฟือเผือแผ่ทีจะให้สิงทีเรามีและเมือเราประพฤติตนด้วยความสัตย์ซือโดยไม่มีความต้องการทีเห็นแก่ตัว

นอกจากนี อับราฮัมเป็นคนทีสุจริตใจเพราะท่านไม่มีความเท็จอยู่ในจิตใจของตน ท่านมีจิตใจทีจะเชือฟังน้ำพระทัยของพระเจ้าเช่นกันไม่ว่าจะเป็นอะไรก็ตามเพือท่านจะมีสันติสุขกับพระเจ้า เมือพระเจ้าตรัสกับท่านว่า “เจ้าจงออกไปจากประเทศของเจ้าจากญาติพีน้องของเจ้า และจากบ้านบิดาของเจ้า ไปยังแผ่นดินทีเราจะชี้ให้เจ้าเห็น” (ปฐมกาล 12:1) ท่านเพียงแต่เชือฟังโดยไม่ลังเลหรือรู้สึกละเหียใจ

เนืองจากท่านมีจิตใจเช่นนัน พระเจ้าจึงทรงสัญญากับท่านว่าพระองค์จะทำให้เชือสายของท่านมีจำนวนมากมายเหมือนดาวในท้องฟ้า

ผ่านทางอิสอัคบุตรชายของท่าน อับราฮัมเชื่อฟังแม้ในยามที่พระเจ้าทรงบอกให้ท่านถวายอิสอัค (บุตรชายที่ท่านมีเมื่อท่านอายุ 100 ปี) เป็นเครื่องเผาบูชา ท่านไม่มีความลังเลเพราะท่านมีความเชื่ออย่างสมบูรณ์ในพระเจ้าผู้ทรงสามารถทำให้คนตายเป็นขึ้นมาใหม่ พระเจ้าทรงทราบว่าอับราฮัมจะเชื่อฟังและทรงจัดเตรียมแพะไว้ล่วงหน้าเพื่อให้อับราฮัมถวายแด่พระองค์ (ปฐมกาลบทที่ 22)

อับราฮัมได้รับพระพรของพระเจ้าอย่างเปี่ยมล้นเพราะท่านเชื่อฟังพระเจ้า พื้นที่ที่ท่านอาศัยอยู่ขาดแคลนน้ำ แต่ดินแดนของท่านมีน้ำอย่างเพียงพอ ท่านมีฝูงสัตว์ เงิน และทองคำเป็นจำนวนมาก ท่านเป็นคนร่ำรวย พระเจ้าทรงสถิตอยู่กับท่านในทุกที่ทุกแห่งที่ท่านไปและท่านจำเริญสุขทุกประการเพราะท่านเชื่อพระคำของพระเจ้าอย่างสมบูรณ์

พระพรสำหรับผู้สร้างสันติ

ผู้คนที่มีสันติสุขกับพระเจ้าจะเป็นเหตุให้คนอื่นมีสันติสุขกับพระเจ้าด้วยเช่นกัน ดังนั้นคนเหล่านั้นจึงได้รับพระพร อับราฮัมมีสันติสุขกับพระเจ้าและโลทหลานชายของท่านก็ได้รับพระพรเช่นกัน เนื่องจากโมเสสเป็นคนที่มั่นใจต่อพระพักตร์พระเจ้า คนอิสราเอลจึงเห็นการอภัยโทษและพระเมตตาของพระเจ้า ประชาชนทำบาปอันร้ายแรงและบ่นต่อว่าพระเจ้าพร้อมกับสร้างรูปวัวทองคำและกราบไหว้รูปนั้น จากนั้นโมเสสอธิษฐานต่อพระเจ้าด้วยการร้องวิงวอนเพื่อช่วยคนเหล่านั้นให้รอดแม้สิ่งนั้นจะหมายความว่าตัวท่านเองต้องตกนรกก็ตาม

"โมเสสจึงกลับไปเฝ้าพระเยโฮวาห์ทูลว่า 'โอ พระเจ้าข้า พลไพร่นี้ทำบาปอันใหญ่ยิ่ง เขาทำพระด้วยทองคำสำหรับตัวเอง แต่บัดนี้ขอพระองค์โปรดยกโทษบาปของเขา ถ้าหาไม่ ขอพระองค์ทรงลบชื่อของข้าพระองค์เสียจากทะเบียนที่พระองค์ทรงจดไว้'" (อพยพ 32:31-32)

เมือเราสามารถชีนำดวงวิญญาณจำนวนมากไปหาพระเจ้าและช่วยเขาให้มีสันติสุขกับพระเจ้า เราก็จะถูกเรียกว่าเป็นบุตรทีแท้จริงของพระเจ้า มัทธิว 5:9 กล่าวว่า “บุคคลผู้ใดสร้างสันติ ผู้นันเป็นสุข เพราะว่าจะได้เรียกเขาว่าเป็นบุตรของพระเจ้า”

แม้โยเซฟจะถูกขายไปเป็นทาสในต่างแดนและถูกจำคุก แต่ท่านก็ยังไว้วางใจในพระเจ้าและท่านยังคงสัตย์ซือในสายพระเนตรของพระเจ้า พระเจ้าทรงมอบสติปัญญาให้แก่ท่าน ดังนันท่านจึงสามารถแก้ความฝันของฟาโรห์ ความฝันนันก็คือว่าอียิปต์จะมีการเก็บเกียวอย่างอุดมสมบูรณ์เป็นเวลาเจ็ดปีและหลังจากนันจะเกิดการกันดารอาหารใหญ่เป็นเวลาเจ็ดปี นอกจากนี พระเจ้าทรงมอบสติปัญญาให้โยเซฟรู้ถึงวิธีการเอาชนะการกันดารอาหารอีกด้วย

สิงนีส่งผลให้โยเซฟกลายเป็นนายกรัฐมนตรีของอียิปต์ซึงเป็นประเทศทีแข็งแกร่งทีสุดในแถบนันในช่วงเวลานัน ท่านช่วยกู้อียิปต์ในช่วงเจ็ดปีของการกันดารอาหารและทำให้กษัตริย์มีความมังคังรุ่งเรืองยิงขึน นอกจากนี ท่านช่วยกู้พ่อแม่และพีชายให้รอดและท้ายทีสุดท่านได้เปิดหนทางทีจะช่วยกู้คนอิสราเอลด้วยเช่นกัน

ผู้คนทีมีสันติสุขกับพระเจ้าด้วยสติปัญญาทีเขาได้รับจากเบืองบนจะสามารถปลอบโยนและสร้างสันติกับผู้คนจำนวนมากด้วยการนำคนเหล่านันไปสู่หนทางแห่งพระพร สติปัญญาของพระเจ้าคือพระคำของพระเจ้าทีบันทึกไว้ในพระคัมภีร์ ถ้าเรารักษาพระบัญญัติและกำจัดความชัวทิงไป และถ้าเราได้รับการทรงนำของพระวิญญาณบริสุทธิ์ในจิตใจทีบริสุทธิ์ซึงปราศจากความชัว สติปัญญาของพระเจ้าก็จะลงมาเหนือเรา

ผมหวังว่าคุณจะจดจำแต่ละด้านของสิงเหล่านีเอาไว้ เช่น ความบริสุทธิ์ สันติสุข ความสุภาพอ่อนน้อม การใช้เหตุผล การอุดมไปด้วยความเมตตาและผลทีดี การไม่ลำเอียงโดยไม่หน้าซือใจคด

และการมีสันติสุขกับพระเจ้าและกับมนุษย์ เป็นต้น แม้เรากำลังดำเนินชีวิตด้วยความจริง เราต้องตรวจสอบตนเองอยู่เสมอและบรรลุถึงความสมบูรณ์แบบเพื่อเราจะสามารถนำดวงวิญญาณจำนวนนับไม่ถ้วนมาสู่หนทางแห่งความรอด

ผมอธิษฐานในพระนามขององค์พระผู้เป็นเจ้าเพื่อคุณจะเป็นผู้สร้างสันติและดำรงอยู่ในสันติสุขและพระพรของพระเจ้า ผมอธิษฐานขอให้คุณสามารถเกิดผลแห่งความชอบธรรมอย่างบริบูรณ์เพื่อคุณจะฉายความสว่างสุกใสออกไปเหมือนดวงอาทิตย์ในแผ่นดินสวรรค์

เกี่ยวกับผู้เขียน:
ดร. แจร็อก ลี

ดร. แจร็อก ลีเกิดที่เมืองมวน จังหวัดโจนนัม สาธารณะรัฐเกาหลี ในปี 1943 เมื่อท่านมีอายุ 20 ปี ดร. ลี ทนทุกข์ทรมานกับโรคภัยไข้เจ็บที่รักษาไม่ได้หลายชนิดเป็นเวลาถึงเจ็ดปีและนอนรอความตายโดยไม่มีความหวังของการหายจากโรค แต่อยู่มาวันหนึ่งในช่วงฤดูใบไม้ผลิของปี 1974 พี่สาวของท่านพาท่านมาที่คริสตจักรและเมื่อท่านคุกเข่าลงอธิษฐานพระเจ้าผู้ทรงพระชนม์อยู่ทรงรักษาท่านให้หายจากโรคภัยไข้เจ็บทั้งสิ้นของท่านในทันที

นับจากช่วงเวลาที่ดร.ลีพบกับพระเจ้าผู้ทรงพระชนม์อยู่ผ่านทางประสบการณ์ที่อัศจรรย์นั้นเป็นต้นมาท่านรักพระเจ้าอย่างจริงใจและด้วยสุดหัวใจของท่าน ในปี 1978 ท่านได้รับการทรงเรียกให้เป็นผู้รับใช้พระเจ้า ท่านอธิษฐานอย่างร้อนรนเพื่อจะเข้าใจพระประสงค์ของพระเจ้าอย่างชัดเจนและทำให้พระประสงค์นั้นสำเร็จอย่างสมบูรณ์พร้อมทั้งเชื่อฟังพระวจนะทั้งสิ้นของพระเจ้า ในปี 1982 ท่านได้ก่อตั้งคริสตจักรมันมินเซ็นทรัลขึ้นในกรุงโซล ประเทศเกาหลีใต้ พระราชกิจอันมากมายของพระเจ้าซึ่งรวมถึงการรักษาโรคอย่างอัศจรรย์และหมายสำคัญต่างๆ เกิดขึ้นในคริสตจักรของท่านอย่างต่อเนื่อง

ในปี 1986 ดร.ลีได้รับการสถาปนาให้เป็นศิษยาภิบาล ณ ที่ประชุมสมัชชาประจำปีของคริสตจักรของพระเยซู "ซุงกุล" แห่งประเทศเกาหลีใต้และในปี 1990 (4 ปีต่อมา) มีการนำคำเทศนาของท่านไปเผยแพร่ออกอากาศในประเทศออสเตรเลีย สหรัฐอเมริกา รัสเซีย ฟิลิปปินส์ ภายในเวลาสั้นๆ มีประเทศต่างๆ อีกหลายประเทศได้ยินได้ฟังถึงเรื่องราวของพระเยซูคริสต์ผ่านพันธกิจของผู้ประกาศข่าวประเสริฐ (เอฟ.อี.บี.ซี.) สถานีวิทยุกระจายเสียงแห่งเอเชีย (เอ.บี.เอส.) และสถานีวิทยุคริสเตียนแห่งกรุงวอชิงตัน (ดับเบิ้ลยู.ซี.อาร์.เอส.)

สามปีต่อมา (ในปี 1993) คริสตจักรมันมินเซ็นทรัลได้รับเลือกให้เป็นหนึ่งใน "50 คริสตจักรยอดเยี่ยมของโลก" โดยนิตยสาร "โลกคริสตชน" ของสหรัฐอเมริกา ในปี 1993 นี้ท่านได้รับมอบปริญญาดุษฎีบัณฑิตกิตติมศักดิ์ (D.D.) สาขาพันธกิจศาสตร์จาก Christian Faith College รัฐฟลอริดา สหรัฐอเมริกาและในปี 1996 ท่านได้รับปริญญาดุษฎีบัณฑิต (Ph.D.) จาก Kingsway Theological Seminary รัฐไอโอวา สหรัฐอเมริกา

นับตั้งแต่ปี 1993 เป็นต้นมา ดร.ลีเป็นหัวหอกในการทำพันธกิจทั่วโลกโดยผ่านการประกาศครั้งใหญ่ที่จัดขึ้นในประเทศต่างๆ เช่น ประเทศแทนซาเนีย อาร์เจนติน่า นครแอล.เอ. เมืองบัลติมอร์ รัฐฮาวาย และนครนิวยอร์กของสหรัฐอเมริกา และในประเทศอูกานดา ญี่ปุ่น ปากีสถาน เคนย่า ฟิลิปปินส์ ฮอนดูรัส อินเดีย รัสเซีย เยอรมันนี เปรู สาธารณะรัฐประชาธิปไตยคองโก อิสราเอล และเอสโตเนีย

ในปี 2002 ท่านได้รับการยอมรับให้เป็น "นักเทศน์ฟื้นฟูทั่วโลก" โดยหนังสือพิมพ์ยักษ์ใหญ่ของคริสเตียนในเกาหลีหลายฉบับจากการทำพันธกิจของท่านที่เต็มไปด้วยฤทธิ์อำนาจในต่างประเทศ โดยเฉพาะอย่างยิ่ง "การประกาศใหญ่ที่นครนิวยอร์กปี

2006" ซึ่งจัดขึ้นที่เมดิสันสแควร์การ์เด้น (สถานที่อันโด่งดังที่สุดในโลก) ถูกเผยแพร่ออกอากาศไปยัง 220 ประเทศทั่วโลก และการประกาศใหญ่ในอิสราเอลปี 2009 ซึ่งจัดขึ้นที่ศูนย์ประชุมนานาชาติ (ไอ.ซี.ซี.) ในกรุงเยรูซาเล็ม ท่านประกาศอย่างกล้าหาญว่าพระเยซูทรงเป็นพระเมสสิยาห์และพระผู้ช่วยให้รอด

คำเทศนาของท่านถูกถ่ายทอดผ่านดาวเทียมออกไปยัง 176 ประเทศซึ่งรวมถึงโทรทัศน์จี.ซี.เอ็น.และดร.แจร็อก ลีได้รับการประกาศให้เป็น "หนึ่งในสิบยอดผู้นำคริสเตียนที่มีบารมีมากที่สุดในโลก" ในปี 2009 และ 2010 โดยนิตยสารคริสเตียน In Victory ของรัสเซียและสำนักข่าว Christian Telegraph จากการทำพันธกิจทางโทรทัศน์ที่เต็มไปด้วยฤทธิ์อำนาจและพันธกิจการอภิบาลคริสตจักรในต่างประเทศของท่าน

เดือนเมษายนปี 2015 คริสตจักรมันมินเซ็นทรัลมีสมาชิกมากกว่า 120,000 คน พันธกิจมันมินมี

คริสตจักรสาขาอยู่ทั่วโลกมากกว่า 10,000 แห่งซึ่งรวมถึงคริสตจักรสาขาในประเทศ 56 แห่งและมีการส่ง

มิชชันนารีมากกว่า 123 คนไปทำพันธกิจใน 23 ประเทศทั่วโลกซึ่งรวมถึงสหรัฐอเมริกา รัสเซีย เยอรมันนี แคนนาดา ญี่ปุ่น จีน ฝรั่งเศส อินเดีย เคนย่า และอีกหลายประเทศ

ในปัจจุบัน ดร.ลีได้เขียนหนังสือ 93 เล่ม ซึ่งรวมถึงหนังสือที่มียอดขายสูงสุดเรื่อง "ลิ้มรสชีวิตนิรันดร์ก่อนความตาย" "ชีวิตและศรัทธาของข้าพเจ้า" "สาส์นจากกางเขน" "ขนาดแห่งความเชื่อ" "สวรรค์ภาค 1 และ 2" "นรก" "ตื่นเถิดอิสราเอล" และ "ฤทธานุภาพของพระเจ้า" งานเขียนของท่านได้รับการแปลเป็นภาษาต่างๆ มากกว่า 76 ภาษา

นอกจากนั้น ยังมีการนำบทความของท่านไปตีพิมพ์ในหนังสือพิมพ์และนิตยสารอีกหลายฉบับ เช่น "เดอะ ฮาน กุก อิลโบ" "เดอะ จูง-อัง อิลโบ" "เดอะ มุนวา อิลโบ" "เดอะ โซล ชินมุล" "เดอะ คยุงยาง ชินมุน" "เดอะโกเรียอิโคโนมิก เดลี่" "เดอะ โกเรีย เฮราลด์" "เดอะ ชิซา นิวส์" และ "เดอะคริสเตียนเพรส" เป็นต้น

ปัจจุบัน ดร.ลีเป็นผู้นำของสมาคมและองค์กรมิชชันนารีจำนวนมาก ตำแหน่งเหล่านี้ประกอบด้วยประธานของสหคริสตจักรแห่งความบริสุทธิ์เกาหลี (UHCK) ประธานพันธกิจมิชชันโลกมันมิน (MWM) ประธานถาวรของสมาคมพันธกิจการฟื้นฟูคริสเตียนทั่วโลก ผู้ก่อตั้งและประธานเครือข่ายคริสเตียนทั่วโลก (GCN) ผู้ก่อตั้งและประธานเครือข่ายหมอคริสเตียนทั่วโลก (WCDN) และผู้ก่อตั้งและประธานสถาบันศาสนศาสตร์นานาชาติมันมิน (MIS)

หนังสือเล่มอื่น ๆ ที่เขียนขึ้นโดยผู้เขียนคนเดียวกันได้แก่...

สวรรค์ (ภาค 1)
สวรรค์ (ภาค 2)

คำบรรยายโดยละเอียดเกี่ยวกับสภาพแวดล้อมที่มีชีวิตชีวาซึ่งพลเมืองแห่งสวรรค์จะได้ชื่นชมและการบรรยายลักษณะอันงดงามของสวรรค์ชั้นต่าง ๆ
คำเชิญชวนให้เข้าสู่นครเยรูซาเล็มใหม่อันบริสุทธิ์ซึ่งประตูทั้งสิบสองบานของนครนี้ทำด้วยไข่มุกอันแวววาวระยิบระยับ นครนี้ตั้งอยู่ท่ามกลางสวรรค์อันรุ่งเรืองสุกใสเหมือนดังเพชรนิลจินดาที่มีค่า

ตื่นเถิดอิสราเอล

เพราะเหตุใดพระเจ้าจึงทรงเฝ้าดูอิสราเอลตั้งแต่จุดเริ่มต้นของโลกมาจนถึงปัจจุบัน อะไรคือการจัดเตรียมของพระเจ้าสำหรับอิสราเอล (ผู้ที่รอคอยพระเมสสิยาห์) ในช่วงวาระสุดท้าย

สาส์นจากกางเขน

ทำไมพระเยซูจึงเป็นพระผู้ช่วยให้รอดเพียงผู้เดียว เป็นข่าวสารแห่งการฟื้นฟูที่มีอานุภาพสำหรับทุกคนที่หลับใหลฝ่ายวิญญาณ ในหนังสือเล่มนี้ท่านพบถึงเหตุผลของการที่พระเยซูทรงเป็นพระผู้ช่วยให้รอดแต่พระองค์เดียวและความรักที่แท้จริงของพระเจ้า

ลิ้มรสชีวิตนิรันดร์ก่อนเสียชีวิต

เป็นบันทึกเรื่องจริงเกี่ยวกับคำพยานของศจ.ดร.แจร็อก ลีผู้ที่บังเกิดใหม่และได้รับการช่วยให้รอดจากหุบเหวแห่งความตายและดำเนินชีวิตคริสเตียนที่เป็นแบบอย่าง

ขนาดแห่งความเชื่อ

สถานที่แบบใด มงกุฎ และรางวัลชนิดใดที่ถูกจัดเตรียมไว้ในสวรรค์ หนังสือเล่มนี้จะให้ความรู้และคำแนะนำแก่ท่านในการวัดขนาดความเชื่อและการเพาะบ่มความเชื่อของท่านให้เจริญเติบโตมากที่สุด